காந்தி காலத் திரைப்படங்கள்

காந்தி காலத் திரைப்படங்கள்

ச.முத்துவேல்

உயிர்மை பதிப்பகம்

விலை ரூ.160

உயிர்மை பதிப்பக வெளியீடு: 804

காந்தி காலத் திரைப்படங்கள் ∕ கட்டுரைகள் ∕ ஆசிரியர்: ச.முத்துவேல் ∕ © ச.முத்துவேல் ∕ முதல் பதிப்பு: டிசம்பர் 2022 ∕ வெளியீடு: உயிர்மை பதிப்பகம், எண்.5 பரமேஸ்வரி நகர் முதல் தெரு, அடையாறு, சென்னை–600 020 தொலைபேசி : 91-44-48586727, 9003218208 மின்னஞ்சல் : uyirmmai@gmail.com, இணையதளம்: www.uyirmmaibooks.com ∕ அட்டை வடிவமைப்பு: அரி சங்கர் ∕ அச்சாக்கம்: மணி ஆஃப்செட், சென்னை 600 077

Gandhi kaala thiraippadangal ∕ Essays ∕ Author: S.Muthuvel ∕ © S.Muthuvel ∕ Language: Tamil ∕ First Edition : Dec.2022 ∕ Demy 1x8 ∕ Paper : 18.6 kg maplitho ∕ Pages : 128 ∕ Published by : Uyirmmai Pathippagam, No.5 Parameswari Nagar 1st street, Adyar, Chennai - 600 020, India. Tele : 91-44-48586727, 9003218208 e-mail : uyirmmai@gmail.com, Website: www.uyirmmaibooks.com ∕ Cover Designed by Hari sankar ∕ Printed at Mani Offset, Chennai 600 077 ∕ Price : Rs.160

ISBN : 978-93-93650-47-4

ச.முத்துவேல் (1975)

திருவண்ணாமலைக்காரர். I.T.I படித்தவர். சென்னையில் மைய அரசின் (பொதுத்துறை) நிறுவனத்தில் தொழிலாளி. மனைவி-சங்கீதா. மகன்கள்- மொழிமாறன், மாதவன்.

சிற்றிதழ்களிலும்,வெகுமக்கள் இதழ்களிலும் இவருடைய கவிதைகள் வெளியாகியுள்ளன. திரைவரலாற்று ஆர்வத்தில், குறிப்பாக பழைய திரைப்படங்கள் சார்ந்து 2 ஆண்டுகளுக்கும் மேலாக முனைப்புடன் செயல்பட்டு வருகிறார்.

தொடர்புக்கு : 98656 85470

email : muthuvelsa@gmail.com

ஆசிரியரின் நூல்கள்

1. *மரங்கொத்திச் சிரிப்பு கவிதைகள்* - 2014 (உயிர் எழுத்து பதிப்பகம்)

2. *பேசும்பட முதல்வர்* (திரு.டி.சி.வடிவேலு நாயகர் / திரைப்படங்கள் ஆய்வு) 2021 மின்னங்காடி பதிப்பகம்

3. *ரத்தின வாத்தியார்* (திரு. காளி ரத்னம் திரைப்படங்கள் ஆய்வு) 2022 மின்னங்காடி பதிப்பகம்

4. *காந்தி காலத் திரைப்படங்கள்* (திரைவரலாற்று ஆய்வுக் கட்டுரைகள்) 2022 உயிர்மை பதிப்பகம்

முன்னுரை

கைகளில் அள்ளிய கால நீரோட்டம்

பேசும்படங்களின் துவக்கம் முதலான முதல் 2 பத்தாண்டுகளே (1930,40களே) நான் தெரிந்தெடுத்துக் கொண்ட காலம். எனவேதான் காந்தி காலத் திரைப்படங்கள் என்ற தலைப்பு. வேறு சில தலைப்புகளும் எண்ணத்தில் தோன்றின. எனினும், காந்தி என்னும் அற்புதத்தோடு இணைத்து ஒட்டிக் கொண்டேன்.

சினிமாட்டோகிராஃப் என்ற பெயரிடப்பட்ட கருவியின் மூலம் 1885-ஆம் ஆண்டில் லூமியர் சகோதரர்கள் பொதுமக்கள் பார்க்கும்படியாக முதன்முதலில் திரையிட்டதிலிருந்தே சலனப்படங்களின் வரலாறு தொடர்கிறது. எனினும் அதற்கு அடித்தளமிட்ட பல்வேறு அறிஞர்களின் சிந்தனை, உழைப்பு ஆகியவற்றின் மூலம் பன்னெடுங்காலம் பெற்ற பரிணாம அடைவே இது. எனவே திரைவரலாறு என்பது இன்றைய நாள்வரை 100 ஆண்டுகளுக்கும் மேலானது.

திரைவரலாறு என்பது சினிமா உருவான கதை, பரிணாம வளர்ச்சி, துல்லியமான புள்ளி விவரங்கள் என்பது மட்டுமல்ல. திரைப்படங்களை ஒரு ஆய்வுப் பொருளாக முன்னிறுத்தி அதன் மூலம் சினிமாவும், சமூகமும் ஒன்றின்மீது ஒன்று செலுத்திக் கொண்ட தாக்கங்கள்,பரிணாம மாற்றங்கள் போன்றவற்றை ஆய்வதும், அறிவதுமே திரைவரலாறு என்று கருதுகிறேன். எனினும், என்னுடைய கட்டுரைகள் முந்தைய தளத்திலேயே பெருமளவில் செயல்பட்டுள்ளன. பிந்தைய தளத்தில் செயல்பட வேண்டும் என்பதே என் இலக்கு.

சில ஆண்டுகளுக்கு முன்பு நான் கவிதைகள் எழுதியுள்ளேன். அவற்றில் ஒருசிலவே தேர்ச்சி பெறும். எனினும், என்னைக் கவிஞன் என்று சொல்லிக் கொள்வதில்லை. யாரும் சொல்வதையும் விரும்புவதில்லை. கவிதையின் மீதுள்ள ஈடுபாடும், உயர்வான மதிப்புமே காரணங்கள். ஆயினும், என்னை ஓர் எழுத்தாளர் என்று சொல்லிக் கொள்ளவும், அதற்கு என்னைத் தகுதிப்படுத்திக் கொள்ளவும் விரும்புகிறேன்.

திரை வரலாற்றில் -குறிப்பாக தமிழ்த் திரை- சில கண்டுபிடிப்புகள் என்னுடைய தேடலுக்குப் பரிசுகளாகக் கிடைத்தன. அவற்றைக் கொண்டு நானும் ஓர் எழுத்தாளன் என்பதை நோக்கி நகரும் கட்டுரைகள் இவை.

கட்டுரைகள் வெளியான காலவரிசை கட்டுரைகளிலேயே இடம்பெற்றுள்ளது. அந்த வரிசையில் அல்லாமல், காலவோட்டத்தின் ஏறு வரிசையில் கட்டுரைகள் தொகுக்கப்பட்டுள்ளன. படிக்கும்போது, காலவோட்டத்தின் பரிணாம வளர்ச்சியில் சினிமா அடைந்த மாற்றங்களை உணரலாம்.

கற்பதும், எழுதுவதும் ஒருசேர நடந்த கட்டுரைகள் இவை. எனவே, எழுதப்பட்ட நாட்களுக்குப் பிறகு கற்றவை தொகுப்பில் மேம்படுத்தப் பட்டிருக்கிறது. மேலும், பிழைகள் இருப்பின் தெரியப்படுத்த வேண்டுகிறேன்.

சராசரியாக ஒரு நாளுக்குக் குறைந்தது 8 மணி நேரம் என தோராயமாக 2 ஆண்டுகளுக்கும் மேலாகத் தொடர்ச்சியாக செயல்பட்டுக் கொண்டிருக்கிறேன். அதன் பின்னணியில் என் மனைவிக்கே முதன்மை யிடம். குடும்பம் சார்ந்த என்னுடைய பொறுப்புகளைப் பெருமளவில் என் மனைவியே சுமக்கிறார். ('ஒரு தெக்கன் தள்ளு கேஸ்' என்கிற மலையாளப் படம் பார்த்த அன்று ச.முத்துவேல் என்கிற என் பெயரை சங்கீதா முத்துவேல் என்றே இனி வெளிப்படுத்திக் கொள்ளலாமா என்றுகூட யோசித்தேன்). என்னுடைய இந்த செயல்பாடுகளுக்கு உறுதுணையாய் நின்ற என் மனைவி சங்கீதாவுக்கும், என் இரண்டு பிள்ளைகளுக்கும் இவ் வேளையில் நன்றி.

என்னுடைய கட்டுரைகளை வெளியிட்ட உயிர்மை ஆசிரியர் கவிஞர் மனுஷ்ய புத்திரனுக்கும், காலச்சுவடு பொறுப்பாசிரியர் கவிஞர் சுகுமாரனுக்கும் மற்றும் அவ்விரு இதழ்களுக்கும் என் நன்றி. உயிர்மை ஆசிரியர் கவிஞர் மனுஷ்ய புத்திரன் என்னை ஊக்கப்படுத்தி, அழகாக வடிவமைத்து என்னுடைய கட்டுரைகளைத் தொடர்ந்து வெளியிட்டார். அதன் மூலம் எனக்கு மேலும் சில வாய்ப்புகள் கிடைத்தன. கட்டுரைகள் தொகுக்கப்பட்டு தொகை நூலாக வெளியிடும் உயிர்மை பதிப்பகத்திற்கும் நன்றி.

திரைவரலாற்றுத் துறையில் நான் பின்பற்றும் முன்னேர், எழுத்தாளர் தியடோர் பாஸ்கரன் அவர்களும் அவ்வப்போது

என்னுடைய கட்டுரைகளைப் படித்து ஊக்கமளித்துப் பாராட்டினார். அவருடைய ஆலோசனைகள் என்னை வழி நடத்துபவை. அவர் தொடர்ந்து என்னுடைய பெயரை எழுத்திலும், நிகழ்ச்சிகளிலும் குறிப்பிட்டு வருகிறார். அவருக்கும் என் நெஞ்சம் நிறைந்த நன்றி. வள்ளியப்பன் ராமநாதன் மற்றும் நண்பர்கள் பெ.வேல்முருகன், சுகீத் கிருஷ்ணமூர்த்தி, பொன்.செல்லமுத்து, அகிலா விஜயகுமார், மனுசதீஷ், தமிழ்மகன் ஆகியோருக்கும் நன்றி.

இந்த நூலுக்கு நேரடித் தொடர்பு இல்லாதது போல் தோற்றமளிக்கலாம். எனினும் ஜெயமோகனை என் ஆசானாக நானே வரித்துக் கொண்டவன். ஆசான் ஜெயமோகன் அவர்களின் எழுத்து மற்றும் செயல் ஆகிய பங்களிப்புக்கு என் சார்பாக இந்த நூலைக் காணிக்கையாக்குவதில் எனக்கு ஒரு மனநிறைவு.

— ச.முத்துவேல்
12.10.2022

ஆசான் ஜெயமோகன் அவர்களுக்கு...

உள்ளடக்கம்

1. ஒலி வந்த பின்னே... — 15
2. காளிதாஸ் – தமிழின் முதல் பேசும்படமா? — 23
3. காளிதாஸா – கொரத்தி நடனம் — 33
4. புதிய வெளிச்சம் பெறும் ஹரிச்சந்திரா – 1932 & காலவமஹரிஷி–1932 — 41
5. பேசும்பட முதல்வர் – டி.சி.வடிவேலு நாயகர் — 52
6. முத்தவொலிப் படங்கள் — 58
7. போரின் விளைவே பேசும் சினிமா — 66
8. சினிமா எனும் ஆவணம் – (80 ஆண்டு திரைப்படத்தை முன்வைத்து) — 77
9. களிப்பருளும் ஆசான் – காளி N. ரத்னம் — 83
10. 1930-களின் ஸ்டுடியோஸ் — 92
11. கலைகளின் நிலை – 'நாட்டிய' சினிமா — 104
12. காந்தி காலத் திரைப்படங்கள் — 115
13. குங்குமம் இதழில் வெளியான பேட்டி — 122

ஒலி வந்த பின்னே...

பேசும்படங்களுக்கு முந்தையவை பேசாப்படங்கள். எனினும், பேசும்படங்களின் வருகைக்குப் பின்னர்தான் அதற்கு முந்தைய படங்களைப் பேசாப்படங்கள் என்று குறிப்பிட வேண்டிய தேவையே எழுந்தது எனலாம். சலனப்படம் (Movie) என்று மட்டுமே குறிப்பிடப்பட்டது. (3D படங்களைத் தவிர்த்த மற்ற படங்களை இருபரிமாணம் கொண்டது என்று வழக்கமாகக் குறிப்பிடுவதில்லை அல்லவா?) பேசும் படங்களை 'டாக்கி' என்றும் அவற்றைத் திரையிட வசதி செய்யப்பட்ட திரையரங்குகள் 'டாக்கீஸ்' என்றும் ஆனது. அதன் தொடர்ச்சியாக டாக்கீஸ் என்ற சொல் இன்றளவும் பயன்பாட்டில் எஞ்சி இருப்பதைக் காணலாம். திரையில் ஒலி சேர்ந்துகொண்ட சில ஆண்டுகளின்போது ஏற்பட்ட தாக்கங்களை ஓரளவு பட்டியலிடுவதே இக்கட்டுரை.

ஒலிப்பதிவின் கதை

ஒலியைப் பதிவு செய்யவும், அதை மீட்டுருவாக்கம் செய்தும் கேட்கும் வசதி 19ஆம் நூற்றாண்டின் இறுதிவாக்கிலேயே எட்டப்பட்டுவிட்டது. எனினும், ஒலியை ஒளியாக மாற்றி அதைப் படச்சுருளுடன் இணைக்கவும், ஒளியிலிருந்து மீண்டும் ஒலியாக்கி மீளொலிக்கச் செய்யவும் 20 ஆம் நூற்றாண்டில்தான் சாத்தியமானது. 1927இல் வந்த 'ஜாஸ் சிங்கர்' என்ற திரைப்படம்தான் முதல் பேசும் படம். படத்தின் சில பகுதி மட்டுமே பேசவும் பாடவும் செய்யப்பட்டது. இந்தப் படம் இணையத்தில் எளிதாகக் கிடைக்கிறது. இந்தியத் தயாரிப்பான A Throw of Dice (1929) போன்ற சில மௌனப்படங்களில் இப்போது பின்னணி இசையுடன் காணக்கிடைக்கிறது. பிற்காலத்தில் சேர்க்கப்பட்ட இசைக் கோர்ப்பே இவை.

The Edison Phonograph in Ceylon

(1911-ல் இலங்கைத் தமிழர்களின் பாடல் பதிவுக் காட்சி)

இந்தியாவில் ஏற்கனவே இந்திய மொழிகளில் மௌனப்படங்கள் தோராயமாக 17 ஆண்டுகளுக்கும் மேலாக காட்டப்பட்டுக் கொண்டிருந்தன. இந்தியா உட்பட்ட நாடுகளில் உலக மொழிகளில் திரைப்படங்கள் பேசத் துவங்கியிருந்தாலும், இந்திய மொழிகளில் சற்று தாமதமாக 1931இல் தான் பேசும்படங்கள் வரத்தொடங்கின. துவக்கக் காலத்தில் படப்பிடிப்பின்போதே ஒலியையும் சேர்த்துப் பதிவு செய்ய வேண்டியநிலைதானிருந்தது. பின்னர்தான் தனியாக ஒலிப்பதிவு செய்யும் வசதி (டப்பிங், ரீ ரிக்கார்டிங்) வந்தது.

பொதுவாக வெளி நாட்டுப் படங்களை ஒப்பிடும்போது இந்தியப் படங்கள் தரம் குறைந்தனவாக இருந்தன. இந்திய மொழிப்படங்களில் வடஇந்தியாவைவிடவும் தென்னிந்தியப் படங்கள் வளர்ச்சியில் பின் தங்கியிருந்தன. தென் இந்தியப் படங்களிலும் கதையின் தரம், நடிப்பு போன்றவற்றில் கன்னட,தெலுங்கு மொழி சினிமாக்களை விட தமிழ் சினிமாபின்தங்கியிருந்தது. பாடல்களில் தமிழ்ப் படங்களே வளர்ச்சியுற்றதாயிருந்தது.

பேசும்படங்களுக்கு முன்பே சென்னை மாகாணத்தில் பேசாப்படங்கள்எடுக்கும் வசதி கொண்ட படப்பிடிப்புத் தளங்கள் இருந்தன. ஆனால், 1934 வரை பேசும்படங்கள் எடுக்க வட இந்தியா செல்ல வேண்டிய நிலையே இருந்தது.1934இல் ஏ.நாராயணன் தென்னிந்தியாவிலேயே முதன்முதலாக பேசும்படமெடுக்கும் படப்பிடிப்பு அரங்கினை சென்னையில் கட்டமைத்தார்.ஏ.நாராயணன் அவர்களின் மனைவி திருமதி மீனாட்சி இந்தியாவின் முதல் பெண் ஒலிப்பதிவாளர் ஆனார். இந்தியாவில் முதல் ஒலிப்பதிவுக் கருவியை உருவாக்கியவர் பொறியாளர் பூபதி நாயகர். அதன் மூலம் தசாவதாரம் (1934) படம் எடுக்கப்பட்டது. அவர் சீனிவாசா சினிடோன் நிறுவனத் திற்குத் தேவையான தொழில் நுட்ப ஆலோசனைகளை வழங்கி செயல்படுத்தினார். பிராட்வேயில் செயல்பட்ட 'பூபதி சவுண்ட்

சிஸ்டம்ஸ்' என்கிற தொழில்நுட்பக் கல்லூரரியில் முதல்வராகப் பணியாற்றியவர். அங்கே பயிற்சி பெற்று நிறைய பேர் உரு வானார்கள்.

சென்னையிலேயே எடுக்கப்பட்ட முதல் பேசும்படம் 'சீனிவாசா கல்யாணம் அல்லது வெங்கடாஜலபதி'. (ஒரே படத்திற்கு 2 தலைப்புகள் சூட்டுவது அப்போது வாடிக்கை). எனினும், வட இந்திய ஸ்டுடியோக்களுக்கு இணையாக, அன்றைய நாள் வரையிலான உயர் தொழில்நுட்ப வசதி கொண்டதாக இல்லாமல் ஏ. நாராயணன் அவர்களின்ஸ்டுடியோ பின் தங்கியே இருந்தது. ஒரேயொருஒலிவாங்கியே ஒலிப்பதி வுக்குப் பயன்பட்டதே அன்றைய நிலை. ஏ. நாராயணன் அவர்களின்ஸ்ரீனிவாசா சினி டோன் எனும் சவுண்ட் சிட்டியில் ஒலியில்லாப் படங்களுக்குப் பயன்படுத்தப்பட்ட, பழைய காமராவையே பயன்படுத்தினார்கள். இது கையால் சுழற்றியே இயக்கமுடியும். ஒலிப்பதிவுக்குத் தனியாக மும்பையிலிருந்து வாங்கி வரப்பட்ட ஒரு கருவியை(*Blue seal sound equipment*) பயன்படுத்தியிருக்கிறார்கள். இவ்வாறுதான் முதலிரண்டு படங்கள் (2-ஆவது திரௌபதி வஸ்திராபஹரணம்) எடுக்கப்பட்டன.

(ஏ.நாராயணன் & மீனாட்சி நாராயணன்)

வெளிநாடுகள் சென்று திரைத்தொழில் நுட்பப் பயிற்சி பெற்றுத் திரும்பியவர் ஆர்.பிரகாஷ். குறைந்தபட்ச வசதியிலும் நிலைமையை சமாளித்து ஏராளமான யுத்தி களைக் கையாண்டு படமெடுப்பதில் வல்லவர். ஆனால்,சினிமா தொழில் நுட்பத்தில் ஏனைய அம்சங்களில் அவர் ஆர்வம் காட்டிய அளவுக்கு ஒலிப்பதிவில் அக்கறை செலுத்தவில்லை.

ஆர்.பிரகாஷ்

காளிதாஸ் முதல் சிந்தாமணி வரை...

துவக்கத்தில் திரைப்படங்களில் பின்னணி இசைக்கோர்ப்பு செய்யப்படவில்லையென்றும், பாடல்களின்போது அல்லது சில இடங்களில் மட்டுமே இசை பயன்படுத்தப்பட்டது என்றும் அறிய முடிகிறது. படப்பிடிப்பின்போதே ஒலியையும் சேர்த்தே பதிவு

செய்ய வேண்டிய நிலையில் கேமராவை க்ளோஸ் அப்பில் மட்டுமே பயன்படுத்தும் நிலை. இசைக்குழுவினர், மற்றும் ஒலிவாங்கி (மைக்ரோஃபோன்) ஆகியவை காட்சிக்குள் வரக்கூடாது. அதேவேளையில் கேமராவுடன் இணைக்கப்பட்டிருக்கும் ஒரேயொரு ஒலிவாங்கியை விட்டுத் தொலைவும் செல்ல முடியாது. குரலில் தேவையான ஏற்ற இறக்கங்களைக் கூடக் காட்ட முடியாமல் எப்போதும் கத்திப் பேச, பாட வேண்டிய நிலைதான். எனவே ஒரு செயற்கைத் தன்மை தவிர்க்க முடியாததாக இருந்தது.

ஒளியும், ஒலியும் ஒரே சமயத்தில் பதிவு செய்யப்பட்ட நிலையில், சுற்றுப்புறத்தில் நிலவும் தேவையற்ற ஒலியைத் தவிர்ப்பது சிரமமாக இருந்தது. சென்னையில் தற்போது வி.என்.ஜானகி மகளிர் கல்லூரி இயங்குமிடத்தில் 'பவளக்கொடி' படம் பிடிக்கப்பட்டபோது, பறவைகளின் ஒலியைத் தவிர்க்கும் பொருட்டு முதலில் வெடி வெடித்துப் பறவைகள் விரட்டப்பட்டது. அந்த வேலையைச் செய்தவரின் பெயரை டைட்டில் கார்டில் காண்பித்தாராம் இயக்குனர் கே.சுப்ரமண்யம். தமிழில் எஞ்சியிருக்கும் மிகப் பழைய பேசும்படங்களான பவளக்கொடி, சதி சுலோசனா ஆகிய இரண்டும் 1934-இல் வெளியானவை. இவை புனேவிலுள்ள ஆவணக் காப்பகத்தில் பாதுகாக்கப்பட்டு வருகிறது. படம் பார்க்க விரும்புவோர் நேரில் சென்று கட்டணம் செலுத்தினால் திரையிட்டுக் காட்டுவர். எளிய, பொதுமக்கள் பயன்பாட்டுக்கு இன்னமும் வரவில்லை.

1936-ல் வெளியான பட்டினத்தார் (வேல் பிக்சர்ஸ்) படம் (சுமார் 1 மணி நேர நீளம் மட்டும்) எளிதில் இணையத்திலும், குறுவட்டுகளாகவும் கிடைக்கிறது. இந்தப் படத்தில் சில காட்சிகளில் ஒலிவாங்கியை/ நிழலை நம்மால் காணமுடியும் (நன்றி-பொன்.செல்லமுத்து). அப்போதுவரை வெளியான படங்களில் ஆகக் கூடிய நாட்கள் ஓடிய வெற்றிப் படமிது. ஆனால், இன்றைய தலைமுறையினர் படத்தைப் பார்த்துவிட்டு அவற்றைக் கிண்டலடித்துப் பதிவிட்டிருக்கும் பின்னூட்டங்கள் நமக்கு யதார்த்தத்தையே உணர்த்துகின்றன.

1936-37களில் தனியாக ஒலிப்பதிவு செய்யும் வசதி(டப்பிங், ரீ ரிக்கார்டிங்) வந்தது. 1937-ல் வெளியான 'சிந்தாமணி' படம்தான் அதற்கடுத்தபடியான மாபெரும் வெற்றியை ஈட்டிய படம். நாடகத் தன்மையற்ற, இயல்பான நடிப்பை (ஒய்.வி.ராவ்) அப்போதுதான் திரையில் மக்கள்பார்த்தனர். அந்தப் படம் நேரடி ஒலிப்பதிவு செய்யப்படாமல் பின்னர் சேர்க்கப்பட்ட வளர்ச்சி பெற்ற நிலையில் எடுக்கப்பட்டது என்பது புலனாகிறது(உறுதியாகத் தெரியவில்லை). ஒரு படம் இயல்பாக அமைவதற்கும் தொழில் நுட்ப வளர்ச்சிக்கும் உறவு உள்ளது என்பதாகவே இதையும் பார்க்கலாம். ஒலி வந்த துவக்கக் காலத்தில் பேச்சு, பாட்டு, மொழி, இசை ஆகிய புதிய கூறுகள் சினிமாவுக்குள் வந்தன. இவை ஒவ்வொன்றும் சினிமாவில் தாக்கத்தை ஏற்படுத்தின.

(மைக்கின் நிழல் தெரியும் காட்சி-பட்டினத்தார்-1936)

பேச்சு என்று வரும்போது குரல்வளம், உச்சரிப்பு, மனப்பாடம் செய்து பாராமல் ஒப்புவிக்கும் திறமை ஆகியவை கணக்கிலெடுக்கப் பட்டது. எனவே, மொழி நன்கு தெரிந்தவர்கள் மட்டுமே நடிக்கும் நிலையும், மொழியறியாதவர்கள் அல்லது மொழி வளமில்லாதவர்கள் எவ்வளவு திறமையான கலைஞராக இருப்பினும் அவர்களுக்கு வாய்ப்பு மறுக்கப்பட்டது. இந்தி மொழியின் செல்வாக்கு காரணமாகவே 'ஆலம்ஆரா' படத்திற்கு சுலோச்சனாவுக்கு வரலாற்று வாய்ப்பு மறுக்கப்பட்டு ஜுபைதாவுக்குச் சென்றது. மேலும் எடுத்துக்காட்டுகள் உண்டு. மொழிகளுக்கு முக்கியத்துவம் கிடைத்தாலும், மௌனப்படங்களைப் போல் மற்ற மொழி பேசும் இடங்களில் திரையிடப்பட்டு ரசிக்கப்படும் வாய்ப்பு வெகுவாகக் குறைந்து வட்டாரத் தன்மையால் சுருங்கிப்போனது. வசூலும் குறைந்தது. அதேவேளையில் செலவு கூடியது. சென்னை மாகாணத்தில் தமிழில் ஒலிப்படங்கள் 1931-இல் அறிமுகப்படுத்தப் பட்டபோது திரையிடும் வசதி கொண்ட அரங்குகளின் எண்ணிக்கை ஒற்றை இலக்கத்தைத் தாண்டவில்லை.

பாட்டு என்று எடுத்துக் கொண்டால், முதல் 10 ஆண்டுகளுக்கும் குறையாமல் பாடல்களுக்கே முதல் மரியாதை அளிக்கப்பட்டது. 50 பாடல்கள் 40 பாடல்கள் என்று ஒரு படத்தில் எத்தனை பாடல்கள் இடம் பெற்றுள்ளதென்பதை விளம்பரப்படுத்துவதே நிலையாக யிருந்தது. நடிப்புத் திறன், பாத்திரத்திற்கு ஏற்ற வயது ஆகியவை பொருட் படுத்தப்படவில்லை. நன்றாகப் பாடும் திறன் பெற்றிருந்ததாலேயே பெண்கள் ஆண்களின் கதாபாத்திரத்திலும் நடித்தனர். அதுபோலவே, பெண்களை சேர்த்துக் கொள்ளாத நாடகக் குழுக்கள் தங்கள் நாடகங்களைத் திரைப்படமாக்கியபோது, பெண்கள் நடிக்க வராத பற்றாக்குறை சூழலிலும் ஆண்கள் பெண்களின் உருவில் நடித்தனர். எல்லா ஆண்களுமே பெண்களின் குரலில் நடித்திருக்க முடியும் என்பதற்கு வாய்ப்பில்லை. எனவே, நாடகத்தின் தொடர்ச்சியாக ஆண்கள் சொந்தக் குரலிலேயே பேசி, பாடி நடித்ததை மக்களும் பார்த்தனர்.

வசனத்திற்கு வேலையேயில்லாமல் பாட்டின் வழியாகவே உரையாடிய நிலை என்பது ஒருவகையில் இன்று நமக்கு வசதியாக இருக்கிறது.அழிந்து போன படங்களின் பாட்டுப் புத்தகங்களில் உள்ள கதைச்சுருக்கம், கலைஞர்கள், பாட்டுகள் ஆகிய விவரங்களை ஊன்றிப் படிக்கும் ஒருவர் படம் பார்த்த நிறைவை நெருங்கலாம்.

ஒளியின் இளவலே ஒலி

பேசாப்படங்கள் வந்து நிறைய ஆண்டுகளுக்குப் பின்னரே ஒலி வந்ததால், ஒளியில் அடைந்திருந்த முன்னேற்றம் ஒலியில் பெற்றிருக்கவில்லை. இந்தியாவின் முதல்படமான ராஜா ஹரிச்சந்திரா மற்றும் ஃபால்கேயின் மற்ற சில படங்கள் இணையத்தில் காணக் கிடைக்கின்றன. அப்போதே தெளிவான ஒளி, தந்திரக் காட்சிகள் போன்றவற்றில் நல்ல முன்னேற்றம் இருப்பதைக் காணலாம். ஒரு படம் விளம்பரப்படுத்தப்படும்போதே இவ்வாறுதான் இருந்தன. “கண்ணுக்கினிய ஒளிப்பதிவு... துல்லியமான ஒலிப்பதிவு... சிறந்த ஜோடனை... இனிய பாடல்கள் நிறைந்தது”. (எனினும், 1940–களின் படங்களைப் பற்றிய விமர்சனங்களிலேயே கூட ஒலி/ஒளி குறை பாடுகளைச் சுட்டியுள்ளதைக் காணமுடிகிறது).

காளிதாஸ்(1931) படத்தின் விமர்சனத்திலேயே ஒளிப்பதிவு நன்றாக இருந்ததை (முத்துப் போல் மின்னும் பற்கள்) கல்கி எழுதியிருக்கிறார். ஆனால், ஒலியில் துல்லியமில்லாததையும், அதற்குக் காரணம் நடிகர்களின் குரல் அல்ல, ஒலிப்பதிவு இயந்திரமே காரணமாக இருக்கலாமோ என்ற ஐயத்தையும் பதிவிட்டிருக்கிறார். அடுத்து 1932–இல் வந்த ’ராஜா ஹரிச்சந்திரா’வில்(தமிழ்) ஒலி மிகவும் குறைபாடுடையதாக (குறிப்பாக உச்சஸ்தாயியில் பாடும்போது) இருந்தது என்று ஒரு விமர்சனக் குறிப்பு கூறுகிறது.

வானொலி & ஊசித்தட்டு

பேசும்படங்களின் பரவலுக்கு முன்பே கிராமஃபோன் மூலம் பாடல்கள், பின்னர் ஒலிவடிவில் நாடகங்கள் ஆகியவை சிற்றூர்களில் வசிக்கும் மக்கள் வரைக்கும் சென்றடைந்தது. ஆனால், கிராமஃபோன் தட்டுகளில் பதிந்துள்ள சில பாடல்களை கேட்கும் விலையைவிட சினிமாவுக்குச் சென்றால் பல பாடல்களை குறைந்த விலையில் கேட்கமுடியும் என்ற நிலையிருந்தது. இருந்தபோதிலும், ஒலி வசதி செய்யப்பட்ட திரையரங்குகள் அரிதாகவே இருந்தன. கிராமஃபோன் மூலம் புகழ்பெற்றிருந்தவர்களில் பலருக்கும் திரைத்துறைக்குள் நுழைய அவர்களின் பாட்டுத்திறமே வாய்ப்பளித்தது. தமிழின் முழுமுதல் பேசும்படமான ராஜா ஹரிச்சந்திராவில்(1932) இடம்பெற்ற நாயகி D.R.முத்துலக்ஷ்மியை கொலம்பியா ரிக்கார்டுகள் மூலம் புகழ்பெற்ற சிறந்த பாடகி என்றுதான் அடையாளப்படுத்தினர். திரைப்படம் சார்ந்த கிராமஃபோன் ஒலிப்பதிவுகளும் மக்களால் ரசிக்கப்பட்டு

பெருமளவில் விற்பனையானது. அதுபோலவே, ரேடியோவும். வானொலிக்கென்றே உருவாக்கப்பட்ட ஒலிச்சித்திரம் எனப்பட்ட நாடகங்களும், சினிமாக் கதை நாடகங்களும் ஒலிபரப்பப்பட்டன. ஏவி மெய்யப்ப செட்டியார் திரைப்பட தயாரிப்புத் தொழிலில் இறங்குவதற்கு அடிகோலியதே அவருடைய கிராமஃபோன் வணிகம்தான்.

கிராமஃபோன் தட்டுகளில் திரைப்படப் பாடல்களைப் பயன்படுத்தும் நிலையும் சற்று தாமதமாகவே வந்தது. மேலும், திரைப்படத்தில் பயன் படுத்தப்பட்ட அதே ஒலிப்பதிவை அப்படியே பயன்படுத்தும் வசதியும் இல்லாதிருந்தது. (1934-இல் வட இந்திய இயக்குனர் வி.சாந்தாராம் முதன்முதலாக இதைச் செய்துகாட்டினார் எனப்படுகிறது. இங்கே தமிழில் தாமதமாகவே நடைமுறைக்கு வந்தது. சேதுபந்தனம் (1937) என்ற படமே முதலில் சினிமாவுக்குப் பயன்படுத்திய அதே பாடல்களை நேரடியாக கிராமஃபோனுக்குப் பயன்படுத்தியதாக அறிய முடிகிறது). அதுவரை படங்களில் பாடியவர்கள் அல்லது வேறு யாரேனும் நன்கு பாடக்கூடியவர்கள் மீண்டும் புதிதாகப் பாடிப் பதிவிடும் நிலையே இருந்தது.அந்தப் பாடகர்கள் மற்றும் இசைக்குழுவினர் சினிமாவுக்குள் நுழையும் வாய்ப்பு ஏற்பட்டது.

திரையிலாடிய நாடகங்கள்

மௌனப்படக் காலத்தில் சமூகப் படங்கள் என்றழைக்கப்பட்ட தற்காலப் பதிவுகள் எடுக்கும் நிலைக்கு முன்னேறியிருந்தனர். பேசும்படம் வந்தபின்னர், புகழ்பெற்ற நாடகங்களை அப்படியே திரைப்படமாக்கும் நிலை ஏற்பட்டது. நாடகங்களில் பயன்படுத்தப்பட்ட பாடல்கள்

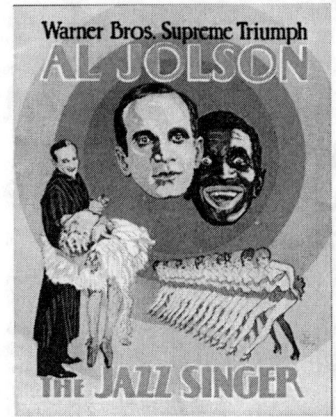

மற்றும் மெட்டு ஆகியவையே பயன் படுத்தப்பட்டன. எந்த ஸ்டுடியோவில் படம்பிடிக்கப்படுகிறதோ அந்த நிறுவனத்தின் இசைக்குழுவினர் வாத்தியக் கருவிகளை மீட்டினர். எனவே, இசையமைப்பாளர் என்ற தனியொருவர் அப்போதைய பல படங்களுக்கு இருந்திருக்கவில்லை. நாடகங்களில் பயன் படுத்தப்பட்ட பாடல்களே பெரும் பாலான திரைப்படங்களிலும் இடம் பெற்றன. புதிதாகப் பாடல்கள் எழுதிச் சேர்க்கப்பட்டபோது கவிஞர்கள்/பாடலாசிரியர்கள் போன்றவர்களுக்குத் திரைத்துறையில் வாய்ப்புக் கிடைத்தது. அதுபோலவே கதை, திரைக்கதை, நாடகம் ஆகியவற்றைச் செய்ய எழுத்தாளர்கள் வாய்ப்புப் பெற்றனர். கலைத் துறை சார்ந்த பங்களிப்பவர் நாடக ஆசிரியர்/ நாடக இயக்குனர்/ சூத்ரதாரி (playwright) என்றெல்லாம் அழைக்கப்பட்டார். தொழில்நுட்பம் சார்ந்து இயக்கியவர் தொழில்நுட்ப இயக்குனர் (Technical Director) எனப்பட்டார். பாடல்கள், கதை வசனம் ஆகியவை பெருவாரியான எண்ணிக்கையில் அச்சிடப்பட்டது. ஒலியின் வருகையால் நடனம், இசை ஆகிய துறைகளைச் சார்ந்தவர்களும் திரைத்துறைக்குள் நுழைந்து வளர்ச்சி பெற்றனர். ஒலிப்பதிவு சார்ந்த தொழில்நுட்ப வல்லுனர்கள் திரைத்துறைக்குத் தேவைப்பட்டார்கள்.

படப்பிடிப்பின்போதே அவ்வப்போது ரஷ் போட்டுப் பார்க்கும் வசதியெல்லாம் அன்று இருந்திருக்கவில்லை. எனவே, பிழைகள் களையப் படாமலேயே திரையிடப்பட்டுக் கொண்டிருந்தன. திரைப்படங்கள் பேசத்துவங்கிய நிலையில் ஏராளமான குறைபாடுகளும், சிக்கல்களும் இருந்தபோதிலும் "படம் பேசுது... படம் பேசுது.." என்று மழலையின் ஒலியாக மக்கள் ரசித்தனர்.

நன்றி : தியடோர் பாஸ்கரன், Stephen putnam huges, NFAI

ஏப்ரல், 2022 - உயிர்மை

காளிதாஸ்
தமிழின் முதல் பேசும் படமா?

நொறுங்கும் மாயைகள்

'காளிதாஸ்- தமிழின் முதல் பேசும் படம் அல்ல' என்றே தலைப்பிட எண்ணி, பிறகு மாற்றம் செய்யப்பட்டுள்ளது. அவ்வாறு முழுமுற்றாகத் தனித்தே தீர்மானித்து, நிறுவுவது சரியாக இருக்காது. எனவே, 'காளிதாஸ்- தமிழின் முதல் பேசும் படமா?' என்றே தலைப்பிடப்பட்டு பொதுவில் வைக்கப்படுகிறது.

காளிதாஸ் முதல் தமிழ்ப் பேசும்படமா என்பது பற்றி ஏற்கனவே நிலவி வரும் தயக்கம் மேலும் மிக வலுவாகி யிருக்கிறது. காளிதாஸ் முழு நீளக் கதைப்படமல்ல. 3 துண்டுப்படங்களின் தொகுப்பு. காளிதாஸுக்கும் முன்பே தமிழில் ஒரு துண்டுப் படம் எடுக்கப்பட்டு விட்டது. தமிழ் நடிகை டி.பி. ராஜலக்ஷ்மி உட்பட யாரும் தமிழில் பேசவேயில்லை.தெலுங்கில்தான் பேசினர். தமிழில் பாடல்கள் மட்டும் ஒலித்தன.

மேலும், 'காளிதாஸ் படக்கதையில் தொடர் பில்லாமல் குறத்தி நடனம், தேசப் பற்றுப் பாடல்கள் இடம் பெற்றன' என்று சொல்லப்படுவதிலும் தெளிவு எட்டப் பட்டிருக்கிறது.படத்தில் 50 பாடல்கள் இடம் பெற்றதாக சொல்லப்படுவதும் உண்மையல்ல. பி.ஜி.வெங்கடேசன் கதாநாயகன் அல்ல. ஜான்சிபாயும், டி.பி.ராஜலக்ஷ்மியும் ஒருவரல்ல போன்ற மற்ற விவரங்களையும் உரிய சான்றுகளுடன் விரிவாகப் பார்ப்போம்.

இவை, பிற்காலச் சேர்க்கைகள், கற்பிதங்கள் மூலம் உருவாகி நிலை பெற்றுவிட்டன. அவைகளைக் குறை சொல்லவும் முடியாது. அவ்வாறான முயற்சிகளி லிருந்தே இன்று அடைந்திருக்கும் இந்த முன்னேற்றம் காலத்தின் அடைவில் கனிந்தவை. அவ்வளவுதான்.

சுதேசமித்ரன் 22—10—1931 விலை 1 அணா

சினிமா ஸெண்ட்ரல்

1931-ம் வருஷம் அக்டோபர் மாதம் 31-ந்தேதி சனி முதல்.
தமிழ், தெலுங்கு, பாஷையில் தயாரிக்கப்பட்ட முதல்
பேசும் படக் காட்சியை கேளுங்கள்.

மிஸ் டி. பி. ராஜலக்ஷிமி
நடிக்கும்
“காளிதாஸ்”

முழுதும், பேச்சு, பாடல், நடனம் நிறைந்த காட்சி.
இம்பீரியல் மூவிடன் கம்பெனியாரால் தயாரிக்கப்பட்டது.
உயர்ந்த கீர்த்தனங்கள், தெளிவான பாடல்கள் கொரத்தி நாட்டியங்கள்
பாதி செஜுட் காட்சிகளும் காண்பிக்கப்படும்.

காளிதாஸ்– உருவான பின்னணி

*1930*களில் பேசும் படங்கள் வந்த புதிதில் வெளியான படங்களைப் பற்றிச் சொல்ல இன்று நம்மிடையே யாரும் இல்லை என்றே சொல்லலாம். இவ்வாறான சூழலில் *1931*லிருந்து பேசத் தொடங்கிய, இன்று அழிந்துவிட்ட துவக்கக் கால தமிழ் பேசும் படங்களைப் பற்றி நாம் அறியத் தருவது அன்றைய அச்சு மற்றும் ஒலி வடிவிலான சில ஆவணங்கள் மட்டும்தான். அச்சுப் பிரதிகளில் முதன்மையாக விளங்குவது கல்கி எழுதிய திரை விமர்சனங்கள்தான் எனலாம். சமகாலப்பதிவு என்பதும் முதன்மையான காரணம்.

தென்னிந்தியாவின் முதல் பேசும்படம் எனப்படும் காளிதாஸ் படம் பற்றிய, ஒரு சில விளம்பரங்களைத் தவிர்த்து முதன்மையான *2* சான்றாவணங்கள் *1.*காளிதாஸ் படப் பாட்டு புத்தகமும், *2.*கல்கியின் விமர்சனமும்தான். கல்கி மட்டுமே படத்தைக் ‘கண்டு’ எழுதியவர். சுதேசமித்திரன் விமர்சனமும் அவ்வாறானதே. எனினும், கல்கி அளவுக்கு விரிவாக இல்லை. கண்டு எழுதிய வேறு சமகால ஆவணங்கள் எதுவும் கிடைக்கவில்லை. கல்கி எழுதிய விமர்சனம் *(16.11.1931* ஆனந்த விகடன்*)* ஒன்றே போதும் என்கிற அளவுக்கு விரிவானதாகவும் விளக்கங்களும் நுட்பங்களும் கொண்டதாக இருக்கிறது. அந்தக் கட்டுரையின் ‘முழுப்பயனை’ நோக்கிய ஒரு முயற்சியாக இந்தக் கட்டுரை செயல்பட்டிருக்கிறது.

மௌனப் படத்திலிருந்து பேசும்படத் தொழில் நுட்பம் அறிமுகமாகி முன்னேறியபோது ‘பகுதி பேசும்’ படங்கள், முழுதும் பேசும் படங்கள் என்பதாக இடைப்பட்ட சில ஆண்டுகளில் நிலைமையிருந்தது. அவ்வாறான *40%* மட்டும் பேசிய வெளிநாட்டுப் படமொன்றைப் *(Show Boat)* பார்த்த அர்தேஷிர் இரானி, தாமும் ஒரு பேசும் படம் எடுக்கவேண்டும் என்று உந்துதல் பெற்றுத் தயாரித்து இயக்கிய படமே ‘ஆலம் ஆரா’.அர்தேஷிர் இரானியின் இம்பீரியல் மூவிடோன் கம்பெனியால் இந்தி மொழியில் எடுக்கப்பட்ட ஆலம் ஆரா

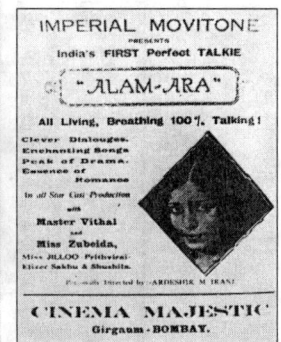

மாஸ்டர் வித்தல், ஜுபைதா

ஆலம் ஆரா

இந்தியாவின் முதல் பேசும்படமானது. இப்படம் சென்னையிலும் திரையிடப்பட்டது.

அர்தேஷிர் இரானியிடம் உதவியாளராக இருந்த எச்.எம்.ரெட்டி-யின் இயக்கத்தில் காளிதாஸ் இயக்கப்பட்டது. தயாரிப்பாளர் அர்தேஷிர் இரானி. பம்பாயில் 14.03.1931இல் வெளியான ஆலம் ஆராவுக்குப் பிறகு, சில மாதங்களில் 31.10.1931 சனிக்கிழமை அன்று 'கினிமா சென்ட்ரல்' திரையரங்கில் காளிதாஸ் வெளியானது. காளிதாஸ் படத்தில் ஆலம் ஆராவுக்கு அமைக்கப்பட்டிருந்த காட்சிப் பொருட்கள் மற்றும் அலங்காரங்கள் பயன்படுத்தபட்டது. தென்னிந்தியச் சந்தையை கவனத்திற் கொண்டு, தென்னிந்திய மொழியினரான எச்.எம்.ரெட்டியால் இயக்கப்பட்ட காளிதாஸ், ஆலம் ஆரா-வின் துணை விளைவே எனலாம். அர்தேஷிர் இரானியின் இம்பீரியல் மூவிடோன் கம்பெனியில் பணிபுரிந்து கொண்டிருந்த எல்.வி.ப்ரசாத் (பிற்காலத்தில் தாதா சாஹேப் பால்கே விருது பெற்றவர்) இவ்விரு படங்களிலுமே நடித்தார்.

அப்போது சென்னை மாகாணம் என்றழைக்கப்பட்ட தென்பகுதி தற்போதைய தமிழ்நாடு மற்றும் ஆந்திரா, கேரளா, கர்நாடகா, ஒடிசா ஆகிய மாநிலங்களின் பகுதிகளையும் கொண்டது என்பது குறிப்பிடத் தகுந்தது.

காளிதாஸ், தமிழ்ப் படம் என்பதற்கான அழுத்தம் அப்போதே தரப் பட்டிருக்கவில்லை. ஒன்றிரண்டு விளம்பரங்கள் மட்டுமே காளிதாஸ் படத்தின் மொழியைக் குறித்து விளம்பரப்படுத்தப் பட்டிருக்கிறது. ஆனால், மற்ற உள்ளூர் விளம்பரங்கள் பொதுவாக 'முதல் தென்னிந் தியப் படம்' என்றும், 100% பாடும், பேசும், நடனம் கொண்ட படம் என்று மட்டுமே குறிப்பிட்டிருக்கிறது.

சென்னை நகரம் உட்பட அப்போது, காளிதாஸ் போன்ற புதிய பேசும்படங்களைத் திரையிட மாகாணத்திலேயே விரல் விட்டு எண்ணி விடக்கூடிய அளவில் சில திரையரங்குகள் மட்டுமே ஒலி வசதி

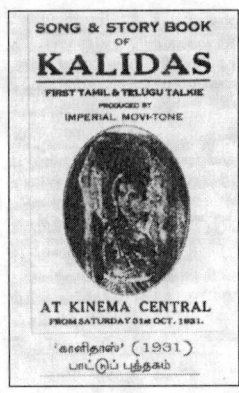

'காளிதாஸ்' (1931)
பாட்டுப் புத்தகம்

பெற்றிருந்தது (அவ்வாறு ஒலி வசதி செய்யப்பட்டவைகளிலும் சில திரையரங்கங்கள் இந்திய மொழிப் படங்களை வெளியிடாமல் இருந்தது. பிறகாலத்திலும் அன்னிய நாட்டுப் படங்களை மட்டுமே திரையிட்டது). இவ்வாறான சூழலை அடுக்குவதன் நோக்கம் தமிழில் மட்டுமே எடுக்கவேண்டும் என்றில்லாமல் பரவலாகச் சென்றடைய வேண்டும் என்பதற்காக தமிழும், தெலுங்கும் கலந்து எடுக்கப்பட்ட காளிதாஸ் படத்தின் பின்னணியைப் புரிந்துகொள்ளத் துணை செய்யும் என்பதே. மேலும் ஆலம் ஆராவிலும் இந்தி மொழி மட்டுமல்லாமல் இன்னும் சில வட இந்திய மொழிகளும் பேசப்பட்டதாக வீர்சந்த் தரம்சே என்ற திரை வரலாற்று ஆசிரியர் எழுதியிருக்கிறார்.

மொழிப் பயன்பாடு

முதல் தமிழ் & தெலுங்கு டாக்கி' என்றே காளிதாஸ் படம் வளம்பரப் படுத்தப்பட்டிருக்கிறது. உருது, இந்தி ஆகிய மொழிகளும் இடம் பெற்றன என்பது பிறகாலச் சேர்க்கைகள் என்றே அறிய முடிகிறது. கல்கி உள்ளிட்ட சமகாலப் பதிவுகளில் அவ்வாறு சொல்லப்பட்டிருக்க வில்லை. கதாநாயகன் (கங்காதர் ராவ்) தெலுங்கில் பேச, கதாநாயகி (டி.பி.ராஜலக்ஷ்மி) தமிழில் "பேசினார்" என்றும், பாடல்கள் மிகுந்தி ருந்தது (தோராயமாக 50 பாடல்கள்) என்றும் சொல்லப்பட்டுவருகிறது.

ஆனால், தமிழில் பேசவேயில்லை என்பதும், சில பாடல்கள் மட்டுமே இடம் பெற்றதென்பதும் பாட்டுப் புத்தகத்தின் வழியாகவும், கல்கியின் விமர்சனம் வழியாகவும் தெளிவாகிறது. இதனால்தான் கல்கி, தமிழ் பேச்சி (டாக்கி என்பதன் தமிழாக்கம்) அல்ல, இது தமிழ்ப் பாட்டி (பாடும் படம்) என்று தமிழபிமானத்தோடு விமர்சித்திருந்தார்.பேச்சே யில்லாமல் சில காட்சிகள் சென்றன என்றும் ஒரு குறிப்பு கூறுகிறது.

ஆனால் நான் பார்த்த பேச்சி உண்மையில் பாட்டியாயிருந்தது. அதாவது தமிழ்ப் பேச்சு அதில் கிடையாது.ஏதோ கொஞ்சம் பேச்சு நடந்தது. ஆனால், அது தெலுங்கு பாஷை என்று அறிந்தேன்.ஆனால்

கல்கி

அந்தேஷிர் இரானி

H.M.ரெட்டி

முதலிலும், நடுவிலும், கடைசியிலும் சில தமிழ்ப் பாட்டுக்கள் பாடப்பெற்றன. ஆகையால், நான் பார்த்து, கேட்டு, அனுபவித்த காலட்சேபத்திற்கு, தமிழ்ப் பாட்டி என்று பெயர் கொடுப்பதே பொருத்தமென்று தீர்மானித்தேன். உங்களுக்கு இஷ்டமில்லாவிடில் தெலுங்குப் பேத்தி என்று வைத்துக் கொள்ளுங்கள் -(கல்கி)

நாடகத்தில் பேச்செல்லாம் தெலுங்கில் நடந்தது என்று முன்னமே குறிப்பிட்டிருக்கிறேன்.ஆனால், இடையிடையே அம்மாள் பாடிய பாட்டுகளெல்லாம் தமிழ் !... (கல்கி)

டி.பி.ராஜலக்ஷ்மியும் இதையேதான் சொல்லியிருக்கிறார்...

“ஒரு நாள் எச்.எம்.ரெட்டி என்னிடம் பேசிக்கொண்டிருந்தார். எனக்கு என்னவெல்லாம் தெரியும் என்று கேட்டார்.குறத்திப் பாட்டு, நடனம் தெரியும் என்றேன். அதைப் படமாக்கினார். பிறகு, காளிதாஸ் என்றொரு படத்தைத் தெலுங்கில் தயாரித்தார்.அதிலே இராஜகுமாரியாக நடித்து, அவர் தெலுங்கில் சொன்னதைத் தமிழில் எழுதிப் படித்துப்

R.G.டோர்னே

T.P.ராஜலக்ஷ்மி (ஆண் வேடத்தில்)

பேசும் வாய்ப்பு எனக்குக் கிடைத்தது. இப்படித்தான் முதல் டாக்கி ஒரு கதம்ப டாக்கியாகத் தமிழ்நாட்டுக்கு வந்தது."

காளிதாஸ் எனப்பட்ட ஒரே தலைப்பில் வெளியிடப்பட்டிருந்தாலும் 3 வெவ்வேறு குறும்படங்களின் கதம்பத் தொகுப்பே என்பது பாட்டுப் புத்தகத்தில் உள்ள குறிப்புகளின் மூலமாகவும் தெளிவாகிறது. 'முதலிலும், இடையிலும், கடைசியிலும் சில தமிழ்ப் பாட்டுகள் பாடப் பெற்றன' என்ற கல்கியின் வரியும் துணையாகிறது.

பாட்டுப் புத்தகத்திலுள்ள குறிப்பின்படி 1. தேச பக்திப் பாடல்கள் & கீர்த்தனம், காதல் பாடல்கள் கொண்ட படம் 3 ரீல்கள். 2. டி. பி. ராஜலக்ஷ்மி மேடைகளில் ஏற்கனவே ஆடிப்பாடிப் புகழ் பெற்ற குறத்திநடனம் இடம் பெற்ற படம் 2 ரீல்கள். 3. காளிதாசனின் நகைச்சுவை மற்றும் காதல் பகுதி கொண்ட படம் 4 ரீல்கள். இவை மூன்றையும் உள்ளடக்கியதே காளிதாஸ் படம். அனைத்திலும் சேர்த்து அதிகபட்சமாக 8 பாடல்கள். மொத்தமே 9 ரீல்கள் (நன்றி -- அகிலா விஜயகுமார்). தோராயமாக 1 மணி நேரம் 20 நிமிடங்கள் ஓடிய படங்கள். இவையல்லாமல், ஜான்சி பாய் & ஆர்.டி. ஆகியோர் இணைந்த குறத்திப் பாட்டும் நடனமும் இணைக்கப்பட்டுள்ளது.

முதல் 2 படங்கள்

கல்கியின் கூற்றுப்படி முதலில் காட்டப்பட்டது ஆடல் பாடல் கொண்ட முதலிரண்டுப் படங்கள். தேசபக்திப் பாடல்கள், குறத்தி நடனம்ஆகியவை. முறையே 3,2 ரீல்கள் கொண்ட படங்கள். இதில் டி. பி. ராஜலக்ஷ்மி பாடி ஆடி நடித்தார். 'கை ராட்டினமே காந்தி கை பாணம்' பாடல் இடம் பெற்றது உறுதியாகிறது(பேசவில்லை).

ஸ்ரீமதி ஐந்தாறு தடவை மறைந்து மறைந்து புதிய புதிய உடைகளுடன் வந்து பாடினார். அதில் தேசியப் பாட்டு ஒன்று. 'கை ராட்டினமே காந்தி கை பாணம்' என்று ஆரம்பிப்பது. -(கல்கி).

சுமார் இருபது முறை அம்மாள் வெவ்வேறு விதவிதமான வர்ணமுள்ள பட்டு,சரிகை உடைகளை அணிந்து வந்தார்.தேசியப் பாட்டு பாடும்போது மட்டும் வெள்ளைச் சேலை தரித்திருந்தார்- (கல்கி).

மேற்கண்ட குறிப்புகளிலிருந்து டி.பி.ராஜலக்ஷ்மி ஆடிய குறத்தி நடனம் உள்ளிட்ட அவருக்குத் தெரிந்ததாக நடித்துக் காட்டிய ஆடல் பாடல்கள் இந்த முதல் 2 படங்களில்தான் இடம்பெற்றுள்ளதெனப் புலனாகிறது.

3-ஆவதாகக் காட்டப்பட்டது காளிதாஸ் கதைப்படம்

கல்வியில் நமக்கு மிஞ்சியவர் இல்லை என்று கர்வங்கொண்டிருந்த ஒரு ராஜ கன்னிகைக்கு, நுனி மரத்திலிருந்து அடிமரத்தை வெட்டும் ஓர்இடைப் பையனைக் கலியாணம் செய்து வைக்கிறார்கள். மகாபண்டிதன் என்றெண்ணிக் கலியாணம் செய்து கொண்ட கணவன் உண்மையில் மகாமூட சிகாமணியென்பதைப் படுக்கையறையில் மணமகள் காண்கிறாள். பிறகு, காளி மாதாவைத் தோத்திரஞ் செய்கிறாள். மாதாவின் அருளால் உண்மையிலேயே அம் மடையன் மகா வித்வானாகிறான்-(கல்கி).

இதுதான் காளிதாசனில் இடம் பெற்ற கதை. ஆனால்,முன்னும் பின்னும் இன்னும் விரிவானது. அங்கே காட்டப்பட்டது இவ்வளவு தான். அதனால்தான் 4 ரீல்கள். காளிதாஸ் முழு நீளக் கதைப்படம் அல்ல.

4-ஆவதாகக் காட்டப்பட்ட படம்

இந்தப் படம் பற்றிய மர்மங்கள் பெருமளவில் நீடிக்கிறது என்பதே இன்றைய நிலை.

கல்கியின் கூற்றுப்படி, மூன்றாவதாகக் காட்டப்பட்டது குறத்தி நடனம்.இதில் குறவனாய் நடித்தவர் தொந்தியும் தொப்பையுமாய் இருந்ததாகக் கல்கி குறிப்பிட்டிருக்கிறார். அந்நாளைய திரைப்படங்களில் நகைச்சுவை நடிகர் போன்ற துணைக் கதாபாத்திரங்களில் நடித்தவர் பி.ஜி. வெங்கடேசன். நல்ல குரல் வளத்துடன் பாடும் திறன் பெற்றவரானதால் அதற்கேற்றார் போல் சாதுவாகவும் இன்னும் மற்ற சில பாத்திரங்களிலும் பாடி நடித்தவர். இவர் தோற்றத்தில் ஒட்டிய வயிறும் மெல்லிய உடல்வாகும் கொண்டவர். எனவே, குறத்தி நடனத்தில் இடம் பெற்றவர் பி. ஜி. வெங்கடேசன் இல்லை என்பது தெளிவாகிறது.

காளிதாஸ் படத்தின் கதாநாயகன் பி.ஜி.வெங்கடேசன் என்று சிலரால் சொல்லப்படுவதும் தவறு. கங்காதர் ராவ் என்பவர்தான் கதைநாயகன் காளிதாசனாகத் தெலுங்கில் பேசி நடித்தவர்.

மிஸ் ஜான்சிபாயும், மிஸ்டர் ஆர்.டி. யும் செய்த கொரத்தி (அச்சில் இருந்த எழுத்துப்படி) நடனமும் இதில் அடங்கியிருக்கிறது. (சுதேசமித்திரன்)

(P.G. வெங்கடேசன்- அம்பிகாபதி படத்தில் நகைச்சுவை நடிகராகவும், சாதுவாகவும்)

என்ற தகவல் 29.10.1931 சுதேசமித்திரன் இதழில் இடம் பெற்ற விளம்பரம்மற்றும் விமர்சனமாக அமைந்த பகுதியில் காணப்படுகிறது. (21.10.1931 அன்றே விளம்பரப்படுத்தும் நோக்கில் பத்திரிகையாளர்கள் உள்ளிட்டவர்களுக்குக் காட்சிப்படுத்தப்பட்டதால் படம் பொது மக்களுக்குத் திரையிடப்பட்ட 31.10.1931 க்கும் முன்பாகவே விமர்சனம் வெளிவந்ததை குறிப்பிட வேண்டியிருக்கிறது).

தமிழில் பேசும்படம் தயாரிக்கும் முதல் முயற்சி பம்பாயிலிருந்து சாகர் மூவிடோன் எனும் கம்பெனியால் 1931இல் மேற் கொள்ளப்பட்டது. இதன்விளைவாக ஜான்சிபாய் என்ற பெண் நடித்த 'குறத்திப் பாட்டும் டான்சும்' என்ற நான்கு ரீல் கொண்ட குறும்படம் தமிழில் முதன்முதலாகத் தயாரிக்கப்பட்டது என்று தியடோர் பாஸ்கரன் எழுதியிருக்கிறார்.

சாகர் மூவிடோன் தயாரித்த இந்தக் 'குறத்திப் பாட்டும் நடனமும்' காளிதாஸுடன் காட்டப்பட்ட குறத்தி நடனமும் ஒன்றுதான் என்றே கணிக்க முடிகிறது. இதை இயக்கியவர் யாரென்று தெரியவில்லை யென்றாலும் சாகர் மூவி டோன் & இம்பீரியல் கம்பெனி இரண்டிலுமே அர்தேஷிர் இரானிக்கு பங்கிருந்தது. எனவே, இம்பீரியல் கம்பெனி வெளியிட்ட காளிதாஸுடன் இந்தக் குறும்படம் இணைத்துக் காட்டப் பட்டுள்ளதாகக் கணிக்கலாம். இரண்டும் ஒன்றாக இருக்கவே வாய்ப்புகள் அதிகம். ஜான்சிபாயுடன் இணைந்து ஆடியவர் ஆர்.டி என்றும் தெரிகிறது.

அறந்தை நாராயணன் 'சுதந்திரப் போரில் தமிழ் சினிமா' என்ற நூலில் டி.பி.ராஜலக்ஷ்மிதான் ஜான்சிபாய் என்று கற்பிதம் செய்திருக்கிறார். ஆனால், டி.பி. ராஜலக்ஷ்மி ஆடிய குறத்தி நடனம் இடம்பெற்றது இதுவல்ல. இந்த ஜான்சிபாய் படம், முன்பே தனியாக வேறொரு படப்பிடிப்பரங்கத்தில் (சாகர் மூவிடோன்) எடுக்கப்பட்டது. எனவே, காலத்தாலும், இடத்தாலும் வேறானது. ஜான்சிபாய், ஆர்.டி என்று மட்டுமே குறிப்பிடப்பட்டுள்ளதால் நன்கு

அறியப்பட்டவர்களாகவே இருக்கவேண்டும். இவர்களைப் பற்றிய குறிப்புகள் கிடைக்கும்போது மேலும் முன்னேற்றம் அடையலாம்.

பாதி கெஜட் காட்சிகள்..?

இவைகளில்லாமல் 'பாதி கெஜட் காட்சிகள்' காட்டப்படுவதாக விளம்பரங்கள் (பார்க்க-சுதேசமித்திரன் விளம்பரம்) குறிப்பிடுகின்றன. மேலும், இந்து ஆங்கில நாளிதழிலும் இவ்வாறாகக் காணப்படுகிறது. *Also Showing...TECHNICOLOR AUDIO REVIEW AND PATHE GAZETTE - (The Hindu) 31.11.1931.* இந்த *PATHE GAZETTE* ஐத்தான் 'பாதி கெஜட்' காட்சிகள்என்று தமிழில் குழப்பிவிட்டிருக்கின்றனர் என்பதைப் புரிந்து கொள்ளலாம். *PATHE GAZETTE* என்பது ராய்ட்டர்ஸ் போன்ற ஒரு செய்தி நிறுவனம். அவர்கள் மூலம் செய்திப்படங்கள் (*News Reels*) காட்டப் படுவது வழக்கமான ஒன்றாகவே இருந்தது. எனவே, அவை பற்றி கல்கி உள்ளிட்டவர்கள் குறிப்பிடவில்லை. அப்போதே, திரையில் வண்ணப் படம் (கலர்) இருந்ததற்கான சான்றாக இந்து விளம்பரம் வெளியிட்ட இந்தத் தகவல் கவனத்திற்குரியது. இதற்கடுத்து வெளியான ராஜா ஹரிச்சந்திரா என்ற தமிழ் பேசும்படத்திலும் வண்ணக் காட்சிகள் இடம் பெற்றுள்ளன.

தீர்ப்புக்கான நேரம்

குறும்படமோ, முழு நீளக் கதைப்படமோ எதுவானாலும் சரி. தமிழில் எது முதலில் வந்ததோ அதுதான் கணக்கில் எடுத்துக் கொள்ளப் படவேண்டும்... என்றானால், காளிதாஸ் என்ற குறும்படத்திற்கு முன்பே எடுக்கப்பட்ட ஜான்சிபாய் நடித்த 'குறத்திப் பாட்டும் டான்சும்' என்ற நான்கு ரீல் கொண்ட குறும்படமே பாடல்கள் மூலம் முதலில் தமிழ் ஒலித்தபடம் என்றாகிறது. அல்லது முழு நீளக் கதைப்படம்தான், பேசும் படம்தான்என்றானால் காளிதாஸ் வெளியீட்டுக்குப் பிறகு சில மாதங்கள் சென்ற நிலையில் ஏப்ரல்,1932-இல் வெளியான, முழுதும் தமிழிலேயே பேசிய ராஜா ஹரிச்சந்திராவே (11,812 அடி நீளம்) முதல் தமிழ் பேசும் படம் என்றாகிறது.

(காளிதாஸ் படத்தின்மீது எதுவும் காழ்ப்போ அல்லது ஜான்சிபாய் நடித்தக் 'குறத்திப் பாட்டும் டான்சும்' மற்றும்' ராஜா ஹரிச்சந்திரா' ஆகிய படங்களின் மீதான தனிப்பட்ட விருப்போ எமக்கில்லை).

ஆர்.ஜி.டோர்னி என்ற எலக்ட்ரீஷியன் ஒருவர் 1912-இல் புண்டாலீக்என்ற இந்தியாவின் முதல் முழு நீளக் கதைப்படத்தை வெளியிட்டிருந்தார். இதைத் தொடர்ந்து அடுத்த வருடம் வந்தது தான் தாதா சாஹேப் பால்கேயின் ஹரீஷ்சந்திரா (1913).

என்று தியடோர் பாஸ்கரன் எழுதியிருக்கிறார். ஆனால், இந்தியசினிமாவின் வரலாறு பால்கே தயாரித்த ராஜா ஹரீஷ் சந்திராவிலிருந்துதான் தொடங்குகிறது. இது பற்றிய சர்ச்சை இன்றும்

நிலுவையில்தான் உள்ளது. 'இந்திய சினிமாவின் தந்தை' தாதா சாஹேப் பால்கேயின் சாதனைகளும் வாழ்க்கையும் அளப்பரியது. அதே வேளையில், ஒரு மின் நிறுவனத்தில் பணியாளராக இருந்து உழைத்த ராம்சந்தர் கோபால்டோர்னிக்கு, தியடோர் பாஸ்கரன் போன்ற சிறந்த ஒரு சில ஆய்வாளர்களுக்கு மட்டுமே தெரிந்து, வரலாற்றில் அவருடைய இடம் மறைக்கப்படுவதும், மறக்கப்படுவதும் வருத்தமளிக்கிறது.

நன்றிக்குரிய சில ஆவணங்கள்

- காளிதாஸ் படப் பாட்டு புத்தகத் தகவல்கள் -அகிலா விஜயகுமார்
- மனிதன் எப்படி உயர்கின்றான்? கல்கி - வானதி பதிப்பகம்
- எம் தமிழர் செய்த படம் - சு.தியடோர் பாஸ்கரன் -உயிர்மை பதிப்பகம்
- சுதந்திரப் போரில் தமிழ் சினிமா–அறந்தை நாராயணன்
- தமிழ்த் திரைப்பட நூற்றாண்டு–2018–பெ.வேல்முருகன்
- தமிழ்த் திரைப்படங்களின் விளம்பரங்கள்–முனைவர் பட்ட ஆய்வறிக்கை–க.தினகரன்
- What is About Tamil Cinema ? - Article by Stephen Putnam Hughes
- ஹரிச்சந்திராவும் காலவ மஹரிஷியும்– கட்டுரை,காலச்சுவடு நவம்பர், 2021–ச.முத்துவேல்

- உயிர்மை, ஜனவரி, 2022,

காளிதாஸா & கொரத்தி நடனம்

காளிதாஸ் திரைப்பட விளம்பரம் ஒன்று அண்மையில் கிடைத்தது. ஆங்கில நாளேடு ஒன்றில் அரைப்பக்கத்தை நிரப்பிக் கொண்டிருந்தது. உரிமைச் சிக்கல் எதுவும் எழுமோ என்ற ஐயத்தில், நாளேடு பற்றிய விவரங்களும் நகலும் பகிரவில்லை. அதில் அளிக்கப்பட்டுள்ள விவரங்களை மட்டும் பகிர முடிகிறது. சமகால ஆவணம் என்பதால் முக்கியமான தாகிறது. மேலும், 90 ஆண்டுகளுக்குப் பிறகு இதுவரையில் வெளிவராத குறத்தி நடனக் காட்சியும், சில விவரங்களும் இக் கட்டுரையின் மூலம் வெளியாகி சில தெளிவுகளுக்கும், கணிப்புகளுக்கும் வழி விடுகிறது.

காளிதாஸ் படம் பற்றிய விரிவான ஓர் ஆய்வுப் பார்வையுடன் முன்னமே ஒரு கட்டுரையை (உயிர்மை-ஜனவரி, 2022) பார்த்தோம். அதன் தொடர்ச்சியாக மேலும் சில முன்னேற்றங்களைக் கொண்டது இந்தக் கட்டுரை. சுதேசமித்திரன் இதழில் வந்த காளிதாஸ் பட விமர்சனம், மற்றும் விளம்பரத்தில் கொரத்தி (குறத்தி) நடனம் பற்றியும் குறிப்பிடப்பட்டிருந்தது. முதலில் அதைப் பற்றி பார்ப்போம்.

-நாடக மேடைகளில் இவள் பாட்டுக்களில் சிறந்த தாகிய தியாகராஜ சுருதிகளான ‘எந்தரா... நீதானா...’ ... ‘சுரராக ஸுதா’ என்றவிரு பாடல்களையும் ஹரிகாம் போதி, சங்கராபரணம் முதலிய ராகங்களில் கேட்கலாம். ‘இந்தியர்கள் நம்மவர்களுக்குள்’ என்ற பாடலையும் நல்ல குரலுடன் பாடுகிறாள். வார்த்தை கள் தெளிவாக இருப்பது படத்தின் மேன்மையை அதிகரிக்கிறது. மிஸ்.ஜான்சிபாயும் மிஸ்டர் ஆர்.டி.யும் செய்த கொரத்தி நடனமும் இதில் அடங்கியிருக்கிறது. அவசியம் காணத்தகுந்தது-

T.P. ராஜலக்ஷ்மியின் குறத்தி நடனம்

காளிதாஸ் பாட்டுப் புத்தகத்தில் கதைச் சுருக்கம் தமிழிலும், ஆங்கிலத்திலும், தெலுங்கிலும் அச்சடிக்கப்பட்டுள்ளது. தமிழில் படத்தின் தலைப்பு 'காளிதாஸா' என்றே காணப்படுகிறது. காளிதாஸ் என ஒரே தலைப்பில் சொல்லப் பட்டிருப்பினும் ஒன்றுக்கொன்று தொடர்பற்ற 3 தனித்தனியான துண்டுப் படங்களாலானது. 3 படங்களுக்கும் இருந்த ஒரே தொடர்பாக டி.பி. ராஜலக்ஷ்மியை உறுதியாகச் சொல்லலாம். 3+2+4=9 ரீல்கள் கொண்டது. 3 படங்களும் சேர்ந்து ஓடுவதற்கு தோராயமாக 1.30 மணி நேரம் ஆகும்.

பாட்டுப் புத்தகத்தில் குறிப்பிட்டுள்ளபடி, முதல் 3 ரீல்கள் கொண்ட படம் தேசியப் பாடல் கள், காதல் பாடல்கள், கீர்த்தனம் ஆகியவை அடங் கியது. (காதல் பாடல்கள் என்று குறிப்பிடாமல் 'அன்பிற்கினிய பாட்டு' என்று தமிழில் குறிப் பிட்டுள்ளனர் என்பதை கல்கி விமர்சனத்தின் மூலம் அறியலாம்). நாட்டுப்பற்று கொண்ட பாடல்கள் மேடைகளில் புகழ் பெற்றவை. அதன் தொடர்ச்சியாகவும், அன்றிருந்த சூழலில் அரசியல் எழுச்சியூட்டும் விதமாகவும் சினிமாவிலும் நாட்டுப்பற்று கொண்ட பாடல்கள் இடம்பெற்றதைத் தொடர்ச்சியாகப் பார்க்கமுடிகிறது.

சுதேசமித்திரன் குறிப்பிலுள்ளபடி ராஜலக்ஷ்மி குரலில் 3 பாடல்கள் இத் துண்டுப் படத்தில் அடங்கிவிடுகிறது. காளிதாஸ் பாட்டுப் புத்தகத்தில் பாடல்களை பாடியவர்கள், கதாபாத்திரங்கள், எழுதியவர் என்ற விவரங்கள் இல்லை. 'ஆதியில் நமது அவ்வை ...' எனத் தொடங்கி 'ராஜலக்ஷ்மியைக் காண்பீரே' என்று முடியும் முதல் பாடல் அறிமுகப்பாடல் என்பதால் முதல் படத்திலேயே இடம் பெற்றிருக்கும். அப்போதெல்லாம் படத்தைப் பற்றியும், தயாரிப்பு நிறுவனத்தைப் பற்றியும் முதல் பாடலில் அறிமுகப்படுத்துவதை வழக்கமாகவே காணலாம். நாடகமேடையின் தொடர்ச்சியாக வந்த கலாச்சாரம் இது.

பாட்டுப் புத்தகத்தில் மிஸ்.ஜான்சிபாயும், ஆர்.டி.யும் செய்த கொரத்தி நடினம் என்று குறிப்பிட்டு, அதன்கீழ் 'ராட்டினமாம் காந்தி கை பாணமாம்' என்று இருக்கிறது. ஆனால், 'ராட்டினமாம் காந்தி கைபாணமாம்' என்ற பாடலை, டி.பி.ராஜலக்ஷ்மி பாடி நடித்ததை கல்கி உறுதிப்படுத்துகிறார்.

2 ஆவது துண்டுப்படமாகப் பாட்டு புத்தகத்தில் குறிப்பிடப்பட்டுள்ள படம் 2 ரீல்களைக் கொண்டது என்றும், ராஜலக்ஷ்மி மேடைகளில் வெற்றிகரமாக நிகழ்த்திய குறத்தி நடனம் என்றும் குறிப்புள்ளது. அந்த நடனத்திற்கு பாடல் இடம்பெற்றிக்க வேண்டும் அல்லவா?

எனில் எந்தப் பாடல்..? பாட்டுப் புத்தகத்தில் நடனம் என்றே தலைப் பிட்டுக் கீழே கொடுக்கப்பட்டுள்ள ஒரே பாடல்தான் 'மன்மத பாணமடா / மார் உருவி பாயுதடா/ உன்னை நினைந்து மனம் உருகியே வாடு றேண்டா/ கன்னல் விழியானென கம்பீர புருஷனடா/என்னைக் கட்டிச் சேரண்டா என் கண்ணாளா/என் காதலைத் தீரடா/..." . இந்தப் பாடல் அந்தக் காலத்தில் ஹிட் ஆனது என்று குண்டூசி கோபால் எழுதியுள்ளார்.

காளிதாஸ் படத்தில் ராஜலக்ஷ்மி

படத்தில் குறத்தி பாடுவது போன்ற மொழி நடையில் உள்ள பாட லாகவும் இது இருக்கிறது. ராஜலக்ஷ்மி ஆடிய குறத்தி நடனத்திற் கான பாடல் இதுவென்றே கணிக்க முடிகிறது. 6 பாடல்களுக் கான விளக்கம் எட்டியாகிவிட்டது. எனினும், 2 ரீல் என்பது ஏறத்தாழ 20 நிமிடங்கள் ஓடும். இவ்வளவு சிறிய பாடல் ஒன்று மட்டும்தானா?

எஞ்சும் மற்ற 2 பாடல்களுமே காதல் பாடல்கள்: 'மாரா ஓ மதனா மதி நேர் வதனா' ... மற்றும் 'மாலைப்பொழுது வந்ததே' ...என்று தொடங்கும் பாடல்கள். எனவே ஆடல் பாடல்கள் முதலிரண்டு துண்டுப்படங்களில் இடம்பெற்றன எனக் கொள்வோம். கல்கியும் 'பாட்டு, தேசீயப் பாட்டு, அன்பிற்கினிய பாட்டு, நடனம் முதலியவை முடிந்த பிறகு நாடகம் (கதைப்படம்) ஆரம்பமாயிற்று' என்றுதான் சொல்லியிருக்கிறார். இவையிரண்டும்தான் காளிதாஸ் படத்திற்கு முன்னுறை (முன்னுரை) போலும் !

காளிதாஸ் படத்தொகுப்பின் 8 பாடல்களும் பெண் கதாபாத்திரம் மட்டுமே பாடும் பாடல்களாக இருக்கிறது. அனைத்துப் பாடல்களையும் பாடியவர் ராஜலக்ஷ்மி மட்டுமே என்பது புலனாகிறது. ராஜலக்ஷ்மியின் புகழையும், திறனையுமே இந்தச் சோதனை முயற்சியான பேசும்படத்தில் பெரிதும் பயன்படுத்தியுள்ளனர். அதனால்தான், ராஜலக்ஷ்மியின் பெயரைத் தவிர மற்ற எவரும் அவரளவுக்கு முன் நிறுத்தப்படவும், அறியப்படவுமில்லை.

எஞ்சியுள்ளது 4 ரீல்கள் கொண்ட இன்னொரு துண்டுப்படம். ஏறத்தாழ 40 நிமிடங்கள் ஓடும். அதுதான் 'காளிதாஸ்' எனும் கதைப்படம். **'வசன ஒலிப்பதிவைப் பரீட்சிப்பதற்காகவே காளிதாஸ் கதை எடுத்துக் கொள்ளப்பட்டது' என்கிறார் குண்டூசி கோபால்.** ஆயினும்,ஆலம் ஆராவிலேயே இந்தச் சோதனை நடந்தேறிவிட்டதே! எனினும், இக் கூற்று காளிதாஸ் கதைப்படத்தில் பாடல்கள் இடம்பெறவில்லை எனும் கணிப்புக்கு வழிவகுக்கிறது.

"KALIDAS"

100% Talking, Singing and Dancing.

PROGRAMME OF CONSISTS OF :–

3 Reels of National Songs, Kirtanam, love songs and dance.

2 Reels of Kurathi dance enacted by Miss T. P. Rajalaxmi, one of her successful acts on the stage and

4 Reels of "Kalidas" one of his comedies and love portion of his life.

Best Music, enchanting dances and georgeous settings, sound recording at its best.

கதைப்படம் உருவாக்கும் நோக்கில், நாடக உலகில் புகழ்பெற்றிருந்த காளிதாஸ் எடுத்தாளப்பட்டது. காளிதாஸின் வாழ்வில் நகைச் சுவையான பகுதியும், காதல்பகுதியும் கொண்டது. அதாவது, நுனிக் கிளையில் உட்கார்ந்து கொண்டு அடிக்கிளையை வெட்டுவதும், அவனுக்கு அரசகுமாரி மனைவியாவதும், பின்னர் அசட்டு இடையன் காளிமாதா அருளால் காளிதாஸ் ஆவதும் என்பதோடு முடிகிறது. ஆனால், காளிதாஸ் கதை இன்னும் விரிவானது. அது பின்னர் தமிழிலேயே 2 முறை திரைப்படங்களாக எடுக்கப்பட்டுள்ளது. 'நாடகத்தில் பேச்செல்லாம் தெலுங்கில் நடந்தது. ஆனால், இடையிடையே அம்மாள் பாடிய பாட்டுகளெல்லாம் தமிழ்' என்கிறார் கல்கி. ஒட்டு மொத்தமாக 3 படங்களையும் சேர்த்து நாடகம் என்கிறாரா? காளிதாஸ் கதைப்படத்தை மட்டும் நாடகம் என்கிறாரா? தெரியவில்லை. எப்படியாயினும் எல்லாப் பாடல்களையும் பாடியவர் ராஜலக்ஷ்மி என்று மட்டும் துணிந்து சொல்லமுடியும்.

மேற்கண்ட 3 துண்டுப்படங்கள் இம்பீரியல் மூவிடோன் தயாரிப்பில் உருவானவை. அர்தேஷிர் இரானியின் நிறுவனம். இவையல்லாமல் மேலும் ஒரு துண்டுப்படம் இணைத்துக் காட்டப்பட்டுள்ளது புலனாகிறது. அதுவே, ஜான்சிபாயும், ஆர்.டி.யும் செய்த குறத்தி நடனம். இது, சாகர் மூவிடோன் தயாரிப்பு. இம்பீரியல் மூவிடோனைப் போலவே மும்பையில் இயங்கிய இன்னொரு படப்பிடிப்பு நிறுவனம், சாகர். இரண்டிலுமே அர்தேஷிர் இரானிக்குப் பங்கிருந்தது.

தியடோர் பாஸ்கரன் தந்துள்ள குறிப்பின்படி, ஜான்சிபாய் என்ற பெண் நடித்த 'குறத்திப் பாட்டும் டான்ஸும்' என்ற படம் 1931-இல் தமிழில் முதல் பேசும்படமாகத் தயாரிக்கப்பட்டது என்று உள்ளது. ஒலி வந்தவுடன் ஆடல் பாடல்களையே முதலில் முயற்சி செய்தனர். காளிதாஸுக்கும் முன்பே படமாக்கப்பட்ட இந்த ஒலிப்படம் காளிதாஸுக்கும் முன்பே எங்காவது திரையிடப்பட்டதா என்பது தெரியவில்லை. காளிதாஸ் படத்துடன் இணைத்துக் காட்டப்பட்டதே முதன்முறை என்றானால், வெளியீட்டு அடிப்படையில் சமகாலத் தன்மை கொண்டதாகிவிடுகிறது.

இந்த ஜான்சிபாய், ஆர்.டி. ஆகியோர் எவரென இதுவரையிலும் தெரியவில்லை. சுதேசமித்திரன் குறிப்பின்படி ஜான்சிபாய், ராஜலக்ஷ்மி அல்ல என்பது புலனாகிறது. மௌனப்படக் காலங்களில் நடித்த வட இந்திய நடிகைகள் ஏராளமானவர்களைப் பற்றிய குறிப்புகளும், புகைப்படங்களும் கிடைக்கின்றன. எனினும், ஜான்சிபாய் பற்றி கிடைக்கவில்லை. அதுபோலவேதான், மிஸ்டர் ஆர்.டி. அவர்களும்.

ஆயினும், ஹாடி என்ற நடிகர் ஒருவரை அந்தக் காலகட்டங்களில் பார்க்க முடிகிறது. இம்பீரியல் மூவிடோன் நிறுவனத்தின் படங்கள் உட்பட துவக்கக் கால இந்தி பேசும் படங்களில் ஹாடி (HADI என்கிற (S.M.HADI) பெயரை நிறையக் காணமுடிகிறது. துணைக் கதாபாத்தி ரங்களில் நடித்த அவரைத்தான் சுதேசமித்திரன் ஆர்.டி. என்று குறிப்பிட்டு விட்டதோ என்று யோசிக்க வேண்டியதாகிறது. சுதேசமித்திரன் விளம்பரத்தில் பிழைகள் உள்ளதற்கு எடுத்துக்காட்டு உண்டு. 'பாதே (PATHE) என்கிற செய்திப்பட தயாரிப்பு நிறுவனத்தின் கெஸட் காட்சிகள்' என்பதை, 'பாதி கெஸட் காட்சிகள்' என்று குறிப் பிட்டுள்ளது சுதேசமித்திரன்.

'நாடகமேடையில் புகழ்பெற்ற ராஜலக்ஷ்மி, முதன்முதலாக சினிமாவில் தோன்றுவதைக் காணலாம்' என்று சுதேசமித்திரன் சொல்லி யிருக்கிறது. ஆயினும், கோவலன் உள்ளிட்ட மௌனப்படங்களில் டி.பி.ராஜலக்ஷ்மி முன்பே நடித்தவர். கல்கி விமர்சனக் குறிப்பின்படி காளிதாஸ் கதைப்படத்திற்குப் பிறகு குறத்தி நடனம் காட்டப் பட்டுள்ளது. அவர் கூற்றின்படி குறவன் குண்டாக இருந்தவர். ஹாடியும் குண்டானவர் என்பது ஒத்துப் போகிறது.

மேற்சொன்னவை நான்கோடும் சேர்த்து, பாதே (PATHE- ஏ.கே. செட்டியார் உச்சரிக்கிறபடி) நிறுவன செய்திப் படமும் காண்பிக்கப் பட்டது. மௌனப்படக் காலங்களிலிருந்தே ஒன்றுக்கும் மேற்பட்ட படங்களை ஒரே காட்சியாக வெளியிடுவதும், கூடவே செய்திப்படங்கள் வெளியிடுவதும் வழக்கமாயிருந்தது.

ஆங்கில நாளேட்டில் கிடைத்துள்ள புதிய தகவல்கள் சிலவற்றைப் பார்ப்போம்.-'சென்னையிலிருந்து நேரடியாகக் கொண்டுவரப்பட்டது'- என்று 16.12.1931-இல் அறிவிப்பு உள்ளது. தீபாவளிக் கொண்டாட்டத்தை

ஹாடி என்கிற S.M.ஹாடி

யொட்டி சென்னையில் கினிமா சென்ட்ரல் திரையரங்கில் ஒரு வாரம் மட்டுமே என்று அறி விக்கப்பட்டு 31.10.1931 அன்று வெளியிடப்பட்டட காளிதாஸ் மேலும் நீட்டிக்கப்பட்டதா? எத்தனை பிரதிகள் அச்சிட்ட னர் போன்ற விவரங்கள் இது வரை கிடைக்கவில்லை. கினிமா சென்ட்ரல் திரையரங்கின் ஆகக் கூடிய இருக்கைகளின் எண்ணிக்கை 650. ஒரு நாளைக்கு 2,3 காட்சிகள் என ஒரு வாரத்தில் எத்தனை பேர் பார்த்திருக்க முடியும் என்பதைக் கற்பனை செய்துகொள்ளலாம். மில்லியன் கணக்கில் பார்த்தனர் என்று வேறொரு விளம்பரத்தில் காண முடிகிறது. அவை மிகைப்படுத்தப்பட்டவை என்றும், விளம்பரங் களில் காணப்படும் தகவல்களை எந்தளவுக்கு நம்பலாம் என்பதற்கும் இது ஒரு எடுத்துக்காட்டு.1928-ஆம் ஆண்டுவரை கினிமா சென்ட்ரல் திரையரங்கில் மிக அதிக நாட்கள் ஓடிய படங்கள் என்பது 2 வாரங்கள்தான் என்பதை நினைவில் கொள்ளவேண்டும். பேசும் படங்களின் வருகைக்குப் பிறகும் ஓரிரண்டு வாரங்கள் மட்டுமே ஓடியது தான் சாதனையாகவும் இருந்தது.1932இல் ஏப்ரல் மாதத்தில் கினிமா சென்ட்ரல் திரையரங்கில் வெளியான 'ராஜா ஹரிச்சந்திரா' 4 வாரங்கள் ஓடியது.

கோயம்புத்தூரில் காளிதாஸ் திரையிடப்பட்டதை குண்டூசி கோபால் இளமைக்கால நினைவாக உறுதிப்படுத்துகிறார். ஆனால், அவர் படம் பார்த்ததாக உணரமுடியவில்லை. அப்போது, பேசும்பட வசதி கொண்ட திரையரங்கு கோவையில் இருந்ததும் உறுதியாகத் தெரிந்ததே. பேசும்பட வசதி கொண்ட நகரும் கொட்டகைகள் ஒருசில அன்றே பயன் படுத்தப்பட்டன. அதன் மூலம் காளிதாஸ் வேறு எங்காவது திரையிடப்பட்டதா எனத் தெரியவில்லை.

விளம்பரத்தில் இடம்பெற்ற இன்னும் சில வாசகங்கள்...

- மின்சார யுகத்திற்கான இந்தியாவின் பெருமைக்குரிய கொடை-
- மூவிடோன் மூலம் துல்லியமாக ஒலிப்பதிவு செய்யப்பட்டது. ஒவ்வொரு சொல்லும் மணியாய் ஒலிக்கும்-
- தமிழ் பேச்சு-தமிழ்ப் பாட்டு- தமிழ் இசை-
- டிசம்பர் 17 முதல் 20 வரை- நான்கு நாட்கள் மட்டும்-
- மாலை 6.15 மணி, இரவு 9.15 காட்சிகள்.-

- சனிக்கிழமை (19 அன்று மட்டும்) பகல் காட்சி 3.15-
- 19 சனிக்கிழமை அன்று திரையிடப்படும் பகல்காட்சிக்கு க்குழந்தைகளுடன் வரவும். அன்று, குழந்தைகளுக்குக் குறைந்த விலை டிக்கெட்.
- ஹிட் பாடல்களைத் தமிழில் கேளுங்கள். சிறப்பான நாடகத்தைக் காணுங்கள். அதுவொரு அருமையான விருந்து.-
- கலாபூர்வமான நடனங்கள் தமிழில் இசையுடன் மகிழ்விக்கக் கூடியவை.
- சோதனை முயற்சியல்ல- ஒரு அசலான, கலாபூர்வமான முழு நீள த்தயாரிப்பு. தென்னிந்தியாவில் உருவாக்கப்பட்டது. இந்தியரல்லாத யாருடைய உதவியும் பெறப்படாதது. இந்தியர்களையே அனைத்து நடிகர்களாகவும் கொண்டது.

மேற்காணும் வாசகத்திலிருந்து சிலவற்றைத் தெரிந்துகொள்ள முடிகிறது. ஆயினும், தென்னிந்தியாவில் உருவாக்கப்பட்டது என்ற குறிப்பு தவறானது. விளம்பரத்தில் கதாநாயகன் பெயர் புகழ்பெற்ற குணச் சித்திர நடிகர் என்ற சிறப்புடன் குறிப்பிடப்பட்டுள்ளது. அவருடைய பெயர் வி.ஆர்.கங்காதர், பி.ஏ. என்றிருக்கிறது. கங்காளராவ் எம்.ஏ. என்று கல்கி எழுதி, அதுவே இப்போதுவரையிலும் அறியப்பட்டுள்ளது. ராஜலக்ஷ்மியின் பெயரை ராணிலக்ஷ்மி என்றுதான் கல்கி எழுதியிருக்கிறார். அன்றே புகழ் பெற்றவராக சொல்லப்பட்ட ராஜ லக்ஷ்மியை அதற்கு முன்பு வரை தெரியாது என்றும் கல்கி குறிப் பிட்டுள்ளார். எனவே, கதைநாயகன் பெயரை கல்கி தவறாக எழுதியுள்ளார்.

படக் காட்சிகளுடனும்,அனைத்துப் பாடல்களும், அச்சிட்ட 12 பக்க சிறிய புத்தகம் இலவசமாக வினியோகிக்கப்பட்டுள்ளது. இந்தியா, சிலோன் க்ளப்களுக்கும், அசோசியேஷன்களுக்கும் இலவசமாக அளிக்கப்பட்டுள்ளது.

பாட்டு மற்றும் படக்காட்சிகள் கொண்ட அந்த 12 பக்க சிறிய புத்தகமே, தற்போது புழங்கி வரும் பாட்டுப் புத்தகம் என்றே கணிக்க முடிகிறது. 12 பக்கங்கள் கொண்டதான காளிதாஸ் பாட்டுப் புத்தகத்தின் முகப்புப் பக்கத்தில், கினிமா சென்ட்ரல் விவரம் வெளியீட்டுத் தேதியுடன் அச்சாகியிருக்கிறது. உள்ளே, சென்னையைச் சேர்ந்த ஒரு துணிக்கடையின் விளம்பரம் இரண்டரை பக்கங்களை நிரப்பிக் கொண்டிருக்கிறது. இது பாட்டுப் புத்தகங்களின் வழக்கமான வடிவம் அல்ல. விளம்பரத்திற்காக வினியோகிக்கப்பட்டதான 12 பக்க சிறு நூலில், உள்ள வெற்றுப் பக்கங்களில் அந்தந்தப் பகுதியினர் விளம்பரம் செய்து கொள்வதற்கான ஒரு ஏற்பாடு. மேலும், தென்னிந்திய மொழிகளில் முதல் சினிமா பாட்டுப் புத்தகம் இது என்பதால், முன்மாதிரிகள் இல்லை. நாடகம், கிராமஃபோன் பாடல்கள்

அச்சிட்ட நூல்களை முன்மாதிரியாகக் கொள்ளவேண்டும். சினிமா ஹெரால்ட்களையும் கணக்கில் சேர்த்துக் கொள்ளலாம். மௌனப்படக் காலத்திலிருந்தே புழக்கத்தில் இருந்தவை ஹெரால்டுகள்.

காளிதாஸ் அழிந்துவிட்ட படங்களின் பட்டியலில் சேர்ந்து கொண்ட பிறகு, அந் நாளில் படத்தைப் பார்த்தவர்கள் எவருமே இன்று இல்லாத நிலையில், ஆவணங்களே உதவியாகி வழிகாட்டக்கூடியவை. அச்சு மற்றும் ஒலி ஆவணமாக ஏதாவது மேலும் கிடைத்தால் மேலும் முன் நகர முடியும்.

'தி இந்து' ஆங்கில நாளேடுகளில் காளிதாஸ் மற்றும் அடுத்தடுத்த படங்களுக்கான விளம்பரங்களும், படக்காட்சிகளும் வெளியானது உறுதியாகியிருக்கிறது. ஆனந்த விகடன் இதழ் மூலமாகவும் கூடுதல் தகவல்கள் கிடைக்க வாய்ப்புள்ளது. இந்து, ஆனந்த விகடன் ஆவணக் களஞ்சியத்தை ஆர்வமும், வாய்ப்பும் உள்ளவர்கள் அணுகலாம். மற்றவை போல் தமிழ் சினிமா வரலாறும் துல்லியமாகும்.

என்னுடைய அணுகுமுறையில் நிகழ்த்தப்பட்டிருக்கும் கண்டு பிடிப்புகளையும்,கணிப்புகளையும் பகிர்வதன் இன்னொரு நோக்கம், மற்றவர்களின் அணுகுமுறைகளையும் கண்டுபிடிப்புகளையும் சேர்க்க வேண்டும் என்பது. எனவே, கருத்துகள் வரவேற்கப்படுகின்றன.

'கொரத்தி நடினம்', 'முன்னுறை' என்று அன்றைய எழுத்து நடைமுறையைக் காட்டுவதற்காக அவ்வாறே எழுதப்பட்டிருக்கிறது.

நன்றி

- மனிதன் எப்படி உயர்கிறான்– கல்கி – வானதி பதிப்பகம்
- காளிதாஸ்– பாட்டுப் புத்தகம்
- எம் தமிழர் செய்த படம்– தியடோர் பாஸ்கரன்– உயிர்மை பதிப்பகம்
- சினிமா வந்த கதையும்,பிரபல வழக்குகளும்– குண்டூசி பி.ஆர்.எஸ். கோபால்– விஜயா பப்ளிகேஷன்ஸ்.
- பெ.வேல்முருகன், 6.அகிலா விஜயகுமார்

நன்றி - (உயிர்மை, ஆகஸ்ட்-2022)

புதிய வெளிச்சம் பெறும் ஹரிச்சந்திரா (1932), காலவ மகரிஷி (1932)

1931 - இல் வெளியான முதல் தென்னிந்தியத் திரைப்படமான 'காளிதாஸ்' பன்மொழி பேசிய படம். தமிழுக்கும், தெலுங்குக்கும் இதுவே முதல் பேசும் படம். தமிழில் வந்த இரண்டாவது படம் என்றாலும், முதன்முதலில், 100 % தமிழிலேயே பேசிய ராஜா ஹரிச்சந்திரா, காலவ மகரிஷி ஆகிய படங்களைப் பற்றிய அரிய சான்றுகளின் மூலம், புதிய தகவல்களையும், ஆய்வின் அடிப்படையிலான முடிவுகளையும் எடுத்துரைப்பதே இக் கட்டுரை. ராஜா ஹரிச்சந்திராதான் முதன் முதல் வண்ணப் படம் என்பதும் இதுவரை வெளிவராத ஒரு புதிய தகவல்.

சினிமா சார்ந்த பத்திரிகைகள் இல்லாத ஒரு காலமாகவும், ஏற்கனவே இருந்து வந்த அச்சு ஊடகங்கள் சினிமாவுக்கு முக்கியத்துவம் தராததாலும் ஆவணங்கள் கிடைப்பது மிகவும் அறைகூவலான நிலை. சர்வோத்தம் பாதாமியுடனான தியடோர் பாஸ்கரன் அவர்களின் பேட்டி மட்டுமே இவை குறித்த ஒரு முக்கிய ஆவணம். இது நீங்கலாக, இவ்விரண்டு படங்களைப் பற்றிய தகவல்கள் மிகவும் குறைவே அல்லது இல்லையென்றே சொல்லலாம். பாட்டுப் புத்தகங்கள் தேடித் தேடி தொகை நூலாக்கப்பட்டிருப்பினும், கிடைக்காத சில படங்களின் பட்டியலில் இவ் விரண்டு படங்களும் அடங்கும். இந்த நிலையில் மலேயா நாட்டின் செய்தித்தாள்களில் கிடைத்துள்ள விவரங்கள் மூலம் இப் படங்கள் புத்துயிர் பெறுகின்றன.

இயக்குநர்/கள் யா(வ)ர்?

ஹரிச்சந்திரா, காலவ மஹரிஷி ஆகிய படங்களின் இயக்குனர்/கள் யார்/ எவர்? என்பது பற்றி முதலில்.

இயக்குனர்களாக இதுவரை நிலவி வரும் புள்ளி விவரங்கள்:

- ஹரிச்சந்திரா- சர்வோத்தம் பாதாமி, T.C. வடிவேலு நாயகர் & ராஜா சந்திரசேகர்
- காலவ மகரிஷி- சர்வோத்தம் பாதாமி , டி. சி. வடிவேலு நாயகர், & P.B. ரங்காச்சாரி.

இவற்றில் உள்ள உண்மைகளையும், பின்புலத்தையும், இவர்களின் பங்களிப்பு குறித்தும் அண்மையில் கிடைத்த சான்றுகள் வரையிலான விரிவான ஒரு ஆய்வுக் கட்டுரை.

1

திரைப்படத் தொழில் நுட்பம் வெளிநாடுகளிலிருந்து இறக்குமதியான ஒன்று என்பதால் வெளி நாட்டவர்களே பயிற்சி பெற்றவர்களாகவும், படமெடுப்பவர்களாகவும் இருந்தனர். வெளிநாடு சென்று பயிற்சி பெற்ற இந்தியர்களும், பின்னர் இந்தியாவிலேயே பயின்றவர்களும் பேசாப்படங்கள் எடுத்துக் கொண்டிருந்தனர். தமிழகத்தில் முதன்மை யானவர்கள் ஆர்.நடராஜ முதலியார், ஆர். பிரகாசா, ஏ. நாராயணன், ராஜா சாண்டோ, கே. சுப்ரமண்யம் போன்றோர். ஏற்கனவே பேசாப் படங்கள் எடுக்கப்பட்டு திரையிடப்பட்டுக் கொண்டிருந்த நிலையில் 1931-இல் முதன்முதலில் வெளியான ஹிந்தி பேசும்படம் ஆலம் ஆரா, பம்பாயில் தயாரானது. அதாவது, ஊமைப்படத்துடன் ஒலியும் சேர்ந்தது. இந்திய மொழிகளில் பேசும் படம் சற்று தாமதாகவே வந்தது.

1934 வரையிலுமே தமிழ் பேசும் படங்கள் எடுக்க கல்கத்தா, பம்பாய், கோலாப்பூர் மற்றும் பூனா ஆகிய இடங்களுக்குச் சென்று கொண்டிருந்தனர். 1934 இல் ஏ. நாராயணன் தான் முதன்முதலில் ஒலிப்பதிவுடன் கூடிய வசதி கொண்ட படப்பிடிப்பு அரங்கு ஒன்றை சென்னையிலேயே நிறுவினார். காளிதாஸ் வெளியான சில மாதங்களிலேயே வெளியான ஹரிச்சந்திரா, காலவ மஹரிஷி ஆகிய பேசும் படங்களும் மும்பையிலேயே தயாரிக்கப்பட்டது. சௌபாத்தி கடற்கரை அருகே அமைந்திருந்த சாகர் மூவிடோன் என்ற ஸ்டுடியோவில் படம் பிடிக்கப்பட்டது.

ராஜா ஹரிச்சந்திரா தான் முதல் 100 % தமிழ் பேசிய படம். காலவ மஹரிஷி படம் 2 ஆவதாக எடுக்கப்பட்டது. இரண்டும் ஒரே ஸ்டுடியோவில் எடுக்கப்பட்டது. படக்குழுவினரும் ஒரே குழுவாக தமிழ் நாட்டிலிருந்து சென்றிருந்தனர். இவர்கள் டி. சி. வடிவேலு நாயகர் & வக்கீல் தொழில் செய்த சுந்தரராஜன் (தயாரிப்பாளராக இருக்கலாம்) தலைமையில் சென்றிருந்தனர். டி சி. வடிவேலு நாயகர் சுகுண விலாஸ சபையின் மும்முரமான உறுப்பினர், நடிகர், நாடக இயக்குனர், எழுத்தாளர்.

கம்பெனி நாடக நடிகர்களும், அமெச்சூர் நடிகர்களும் இந்தக் குழுவில் அடங்குவர். வர்க்கலையைச் சேர்ந்த வி.எஸ்.சுந்தரேச ஐயர்

மற்றும் திண்டுக்கல்லைச் சேர்ந்த டி.ஆர்.முத்துலக்ஷ்மி என்பவர்கள் தான் இவ்விரண்டு படங்களிலும் முறையே நாயகன், நாயகியாக நடித்தனர்.

சாகர் மூவிடோன் ஸ்டுடியோவில் முதலில் ஹரிச்சந்திரா படத்தை எடுத்துக் கொண்டிருந்த ஜெர்மனைச் சேர்ந்த இயக்குனர் மற்றும் தமிழ் படத்தயாரிப்பாளர் இருவருக்கிடையில் எழுந்த ஏதோ சிக்கல்களால் பாதிவரை முடிந்திருந்த படம் ஜெர்மன் இயக்குனரால் தொடர முடியாமல் போனது. அப்போது அங்கே ஸ்டுடியோவில் இருந்த ஒரே தென்னிந்தியர் (அதாவது தென்னிந்தியர்களை, மொத்தமாக மதராஸி என்றே வட மாநிலத்தவர்களால் குறிப்பிடப்பட்டனர்) என்ற அடிப்படையில் சர்வோத்தம் பாதாமிக்குப் படத்தை முடித்துக் கொடுக்கும் பொறுப்பு சென்றிருக்கிறது.

1910இல் பிறந்த பாதாமிக்கு அப்போது அவருடைய வயது தோராயமாக 20. பெங்களூருவில் அம்பாலால் படேல் அவர்களின் சைக்கிள் & மோட்டார் கம்பெனியில் பணி செய்து கொண்டிருந்த பாதாமி, மோட்டார் தொழில் கற்பதற்காக அம்பாலால் படேலால் மும்பைக்கு அழைத்து வரப்பட்டவர். அங்கே, அர்தேஷிர் இரானி, சிமன்லால் தேசாய் ஆகியோரிடம் அறிமுகம் ஏற்பட்டு சாகர் மூவிடோனில் பணி செய்கிறார். பாதாமி அவரே சொன்னதன்படி, படத்தை இயக்குவதில் முன் அனுபவம் இல்லாதவர். மேலும் சோதனை முறையாக முயற்சித்து (Trial and error) படத்தையும் முடித்துக் கொடுத்தார்.

அதாவது, பாதியில் நின்றுபோன படத்தை தொடர்ந்ததும், மற்ற அனைத்து அம்சங்களுடன் முன்னேறியிருந்த பேசாப்படத்துடன் ஒலியை இணைத்ததும், இயக்கியதும் பாதாமியின் பிரதான பங்கு என்று புலனாகிறது. மற்ற அனைத்து பங்களிப்புகளையும் செய்தவர் டி.சி. வடிவேலு நாயகர். பாதாமி அவர்களே கூறியுள்ளபடி, ஏற்கனவே சமைத்த ஆயத்த உணவை சூடுபடுத்தித் தந்துள்ளார்.

அதாவது, கலையும் தொழில் நுட்பமும் சேரும்போதுதான் சினிமா உருவாகிறது. கலைத்துறை சார்ந்த பங்களிப்புகளை செய்பவருக்கு நாடக இயக்குனர் (PLAY DIRECTOR) என்ற பெயரும், தொழில் நுட்பம் சார்ந்த பங்களிப்புகளைச் செய்பவருக்கு டெக்னிக்கல் டைரக்டர் என்றும் பெயரிட்டு, அடையாளப்படுத்தும் வழக்கம் இவ்விரண்டு படங்களுக்கும் பின்னரே தமிழில் வந்ததைக் காணமுடிகிறது. அந்த வகையில் டி.சி.வடிவேலு நாயகர் ப்ளே டைரக்டர்! பாதாமி, டெக்னிக்கல் டைரக்டர்! கலைத்துறை சார்ந்த பங்களிப்புகளை செய்பவருக்கே இயக்குனர் என்று சொல்லப்பட்டதற்கும் எடுத்துக்காட்டுகள் உண்டு.

வடிவேலு நாயகர் இயக்கிய அடுத்த படமான பிரஹலாதா 1933இல் டெக்னிகல் டைரக்டர் என்று தனியாகக் குறிப்பிட்டு, 'காளிப்ரசாத் கோஷ்' என்பவரது பெயர் இடம் பெறுகிறது. அதுபோலவே, சர்வோத்தம் பதாமி அவர்களின் பங்கு.

T.C. வடிவேலு நாயகர்

மேலும் சில எடுத்துக்காட்டுகள்.

சதி சுலோசனா- இந்தப் படத்தை இயக்கியது பற்றி பம்மல் சம்பந்த முதலியார் தனது பேசும் பட அனுபவங்களில் எழுதியிருக்கிறார். அதன்படி, ஜெர்மனியரான புல்லி என்பவர் டெக்னிக்கல் டைரக்டராகப் பங்காற்றினார் என்று சம்பந்த முதலியாரே தெளிவாகக் குறிப்பிட்டிருக்கிறார். ஆனால், சதி சுலோசனாவின் இயக்குனர் என்று பாட்டுப் புத்தகத்திலும், மற்ற இடங்களிலும் சம்பந்த முதலியார் பெயர் மட்டுமே குறிப்பிடப்பட்டுள்ளது.

ராஜா ஹரிச்சந்திரா பட விளம்பரத்தில்...

Directed By S.R.BADAMI, Under the personal supervision of T.C.VADIVELU NAICKER, MEMBER OF THE SUGUNA VILASA SABHA, MADRAS

என்பதே கிடைத்த சான்றில் காணப்படுகிறது (பிற்காலத்தில் சர்வோத்தம் பாதாமி என்றும் சில இடங்களில் S.L.BADAMI என்றும் குறிப்பிடப்பட்டிருக்கிறார்).

1936ல் வெளியான ஒரு சினிமா இதழில் 'தமிழ்ப் பட டைரக்டர்கள்' பற்றிய கட்டுரை ஒன்று இடம் பெற்றுள்ளது. அதில் பொதுவாக, அனைத்து டைரக்டர்களையுமே ஒரு இளக்காரமான தொனியிலேயே பதிவு செய்திருக்கிறார் கட்டுரையாளர். அதில் வடிவேலு நாயகர் பற்றிப் பின்வருமாறு எழுதப்பட்டுள்ளது.

ஸ்ரீமான் டி.சி.வடிவேலு நாயகர்

"இவர் ஓர் பட்டதாரியல்லர். ஆனால், இவர் நல்ல நாடக அனுபவம் பெற்றவர். தமிழிலும், சங்கீதத்திலும் நல்ல ஞானமுடையவர். இவர் இதுவரை 3 படங்களுக்கு நாடக டைரக்ஷனும், 4 படங்களுக்கு டைரக்ஷனும் செய்திருக்கிறார். இவர் டைரக்ஷன் செய்த வேல் பிக்சர்ஸ் பட்டினத்தார் நல்ல வெற்றி பெற்றது."

1936 ஜூன் மாதம் வெளியான பட்டினத்தார் வரை 7 படங்கள்.

ஹரிச்சந்திரா படத்தின் இயக்குனர்களில் ராஜா சந்திரசேகர் பெயரும் இதுவரை ஐயத்துடனே சொல்லப்பட்டு வருகிறது. ஆனால், அண்மையில் கிடைத்த சான்றில் ஹரிச்சந்திரா படத்தில் ராஜா சந்திரசேகர் பெயர் தென்படவில்லை. எனவே, ராஜா ஹரிச்சந்திரா மற்றும் காலவ மஹரிஷி ஆகிய படங்களின் இயக்குநர்களாக டி.சி.

வடிவேலு நாயகரும், சர்வோத்தம் பாதாமியும் என்பது உறுதியாகிறது. இவர்கள் முறையே நாடக இயக்குனர், தொழில்நுட்ப இயக்குனர் என்பதை ஏற்றுக் கொளவதில் எவருக்கும் மறுப்பு இருக்க முடியாது. மலேயா இதழ்களில் காலவ மஹரிஷி விளம்பரத்தில் இயக்குனர் பெயர் இடம் பெறவில்லை. மகாபாரதக் கதையிலிருந்து எடுக்கப்பட்ட ஒரு பகுதி, பம்மல் சம்பந்த முதலியாரால் நாடகமாக்கப்பட்டது, அந்த நாடகத்தைத் தழுவி எடுக்கப்பட்டது என்ற குறிப்புகள் மட்டுமே உள்ளது.

(பொதுவாகவே, வடிவேலு நாயகர் பங்களிப்பு செய்த படங்கள் பலவற்றின் ஆவணங்களில் அவர் பெயர் மட்டும் இடம் பெற்றிருக்க வில்லை. எடுத்துக்காட்டாக, பட்டினத்தார் பாட்டுப் புத்தகத்தில், விளம்பரத்தில் இயக்குனர் பெயர் இடம் பெறவேயில்லை. மேலும் எடுத்துக்காட்டுகள் உண்டு. புகழை விரும்பாதவராக இருந்து அவற்றை அவர் தவிர்த்திருக்கலாம்).

முழு நீளப் பெயர்கள்

அரிச்சந்திரா,சம்பூரண அரிச்சந்திரா என்றெல்லாம் சொல்லப் பட்டு வருகிற 1932இல் எடுக்கப்பட்ட முதல் பேசும் படமான ஹரிச்சந்தி ராவின் முழு நீளப் பெயர் ராஜா ஹரிச்சந்திரா *(RAJAH HARISHCHANDRA)* என்பதாகும். இதற்கு முன்பே மௌனப்படமாகவும், இதற்குப் பின்னர் பேசும் படமாகவும் அரிச்சந்திரா என்ற பெயரில் தமிழ் மற்றும் வேறு மொழிகளில் நிறையவே படங்கள் வந்துள்ளன.அந்தக் காலத்தில் தமிழில் சமஸ்கிருதத்தின் தாக்கம் மிகுந்திருந்ததால் தமிழ் நாடகங்கள் மற்றும் திரைப்படங்கள் ஆகியவற்றின் பெயர்கள் நல்ல தமிழில் காணப்பட்டது அரிதாகவே இருக்கிறது.

இதுவரை 'காலவ' என்றும் 'காலவரிஷி' என்றுமே அறியப்பட்டு வந்த படத்தின் முழு நீளத் தலைப்பு 'காலவமஹரிஷி' அல்லது 'சித்ரசேனன் உபாக்யானம்' *(GALAVA MAHARISHI or CHITRASENA UPAKHYANA).* சுருக்கமாக காலவ, காலவரிஷி எனப்பட்டிருக்கிறது.

முதலில் வந்த படம் எது?

ஹரிச்சந்திரா, காலவமஹரிஷி ஆகிய 2 படங்களில் முதலில் வெளியானது எது என்பது பற்றி இரு வேறு கருத்துக்கள் நிலவுகின்றன.

1.P.B.ரங்காச்சாரி தனது மணிவிழாவில் (1966) ஒரு செய்தியைக் கூறியுள்ளார்.

"முதல் தமிழ் டைரக்டரான வடிவேலு நாயகர், பம்பாய் சௌபாத்தி, சாகர் ஃபிலிம் கம்பெனியின் 'காலவரிஷி, ஹரிச்சந்திரா' ஆகிய படங்களில் என்னை நடிக்க வைத்தார். முதலில் தமிழ் வசனத்துடன்

வெளிவந்த பேசும்படம் யான் நடித்த 'காலவரிஷி' என்பதைப் பெருமை யோடு சொல்லிக்கொள்ள இன் நாளில் ஆசைப்படுகிறேன்' (ஆதாரம்- ஆரம்ப கால தமிழ் சினிமா-1- அறந்தை நாராயணன்,விஜயா பப்ளி கேஷன்ஸ்).

காலவமஹரிஷி படத்தின்இயக்குனர்களின் பெயர்களில் ரங்காச்சாரி பெயரும் சொல்லப்பட்டு வருவதற்கான தீர்வாகவும் மேற்கண்ட அவருடைய கூற்றே அமைந்திருக்கிறது. P.B. ரங்காச்சாரி ஒரு அமெச்சூர் நாடக நடிகராகவும், பயிற்சி பெற்ற பாகவதராகவும் இருந்தவர். பின்னர் திரைப்படங்களிலும் நீண்ட காலம் நடித்தவர். அவர் எந்தப் படத்தை யும் இயக்கவில்லை. பாதாமியும், வடிவேலு நாயகரும் இவ் விரு படங்களுக்குப் பின்பும் தனிதனியாகவே படங்களை இயக்கியவர்கள்.

2

சர்வோத்தம் பாதாமி அவர்கள் தியடோர் பாஸ்கரனுக்கு அளித்த பேட்டியில் ஹரிச்சந்திராவே முதலில் வெளிவந்த படம் என்கிறார். கிடைத்துள்ள சான்றுகளின் அடிப்படையிலும் ஹரிச்சந்திராதான் முதலில் வெளியானது என்பது உறுதியானது. சென்னையில் சினிமா செண்ட்ரல் திரையரங்கில் (தோராயமாக ஏப்ரல் இறுதியிலும் , மே மாதத்தின் முதலிரு வாரங்களுமாக) 4 வாரங்கள் ஓடியிருக்கிறது. அதன் பின்னர் நேரடியாக மலேயா நாட்டில் (தற்போதைய மலேசியா, சிங்கப்பூர் போன்ற பகுதிகளை உள்ளடக்கியது) காட்சிப்படுத்தப் பட்டுள்ளது. அதாவது, மலேயாவில் மே மாதம் முதல் திரையிடப்பட்ட ஹரிச்சந்திரா அடுத்தடுத்து, வெவ்வேறு பகுதிகளில் மாற்றலாகி திரையிடப் பட்டிருக்கிறது. இவ்விரண்டு படங்களுக்குமே 4 பிரதிகள் மட்டுமே எடுக்கப்பட்டன என்கிறார் பாதாமி. இவ்வாறிருக்கையில், காலவ மஹரிஷி மலேயாவில் சில மாதங்கள் சென்ற பிறகே முதன்முதலில் திரையிடப்பட்டிருக்கிறது.

3

மேலும் காலவமஹரிஷி பட விளம்பரத்திலேயே ' ஹரிச்சந்திராவை விட சிறப்பாக உருவாக்கப்பட்ட படம்' என்று குறிப்பிடப் பட்டிருக்கிறது. எனவே, ஹரிச்சந்திரா முதலிலும் பின்னர் காலவ மஹரிஷியும் வெளியானது என்பது புலனாகிறது. ஒருவேளை, இந்தியாவிற்குள் காலவமஹரிஷி முதலில் வெளியாகியிருக்கலாம் அல்லவா? என்றொரு கேள்வி எழலாம். எனினும், காலவமஹரிஷி வெளியீடு பற்றிய விளம்பரம் 03.9.1932 நாளிட்ட இந்து ஆங்கில நாளேட்டில் இடம் பெற்றதாக அறியமுடிகிறது.

4

தணிக்கைச் சான்றிதழ்களும் இதையே உறுதிப்படுத்துகின்றன. இரண்டுமே பம்பாயில் உருவாக்கப்பட்டு தணிக்கைச் சான்றிதழ் பெற் றவை. ஹரிச்சந்திராவின் சான்றிதழ் எண் 11213. காலவமஹரிஷியின் சான்றிதழ் எண் 11356.

முதல் வண்ணப்படம்

Techni-colour sequences - For the first time in a tamil talkie என்ற அறிவிப்போடு ஹரிச்சந்திரா படம் விளம்பரப்படுத்தப்பட்டிருக்கிறது. 1970கள் வரையிலே கூட கருப்பு வெள்ளைப் படங்கள் எடுக்கப்பட்டு வந்த நிலையில் 1932இல் அதிலும், முதல் முழுமையான தமிழ் பேசும் படத்தில் வண்ணமா? என்று பலருக்கும் ஆச்சரியம் எழலாம்.

கேவா கலர், ஈஸ்ட்மென் கலர் என்றெல்லாம் பலரும் கேள்விப்பட்டிருக்கலாம். இவையெல்லாம் வண்ணப்படங்களுக்கான தொழில்நுட்ப நிறுவனங்கள் வகைகளின் பெயர்கள். இவைபோல் ஏராளமானவை உள்ளன. அவற்றில் ஒன்றே டெக்னிகலர். இவைகளும் காலவளர்ச்சிக்கு ஏற்றாற் போல் பரிணாம வளர்ச்சி அடைந்துள்ளன என்பதையும் கணக்கில் எடுத்துக் கொள்ள வேண்டும். திரைப்படங்களில் வண்ணப்படங்கள் 1932க்கும் முன்பிருந்தே, மௌனப் படங்களிலேயே சாத்தியமான ஒன்றாகத்தான் இருந்திருக் கிறது.இப்போதிருக்கும் வண்ணப்படங்களைப்போல் கற்பனை செய்துகொள்ளக் கூடாது. வண்ணப்படங்களுக்கு அடிப்படையாக 3 நிறங்கள் தேவைப்படுகிறது. சிவப்பு, பச்சை, நீலம் ஆகியவையே அவை. 1932 வரை சிவப்பு, பச்சை ஆகிய 2 நிறங்கள் மட்டுமே அறியப்பட்டிருந்தது. ராஜா ஹரிச்சந்திரா எடுக்கப்பட்ட 1932 வரை இருந்த டெக்னிகலர் என்ற தொழில்நுட்பம் 2 வண ணங்கள் மட்டுமே கொண்டது. காலவமஹரிஷி படத்தில் வண்ணம் சேர்க்கப்பட்டதாக எந்த ஆவணமும் இதுவரை கிடைக்கவில்லை.

மேலும் முழு நீளப்படமும் வண்ணப்படமாக எடுக்கப்படாமல் சிற்சில காட்சிகள் மட்டும் தமிழில் வண்ணத்தில் எடுக்கப்பட்டு வந்தன. ஏ.வி..எம். தயாரிப்பில் 1935ல் வெளியான ரத்னாவளி படத்தில் சில காட்சிகள் வண்ணம் சேர்க்கப்பட்டவையாக இருந்தன.

விமர்சனங்கள்

'பேசும் பட அனுபவங்கள்' என்ற நூலில் பம்மல் சம்பந்த முதலியார் இவ்வாறு கூறுகிறார்.

"எனது நாடகங்களில் முதன் முதலில் பேசும்படமாக எடுக்கப்பட்டது "காலவரிஷி"யாம். இதைப் பேசும் படமாக எடுக்கவேண்டி சில வருடங் களுக்கு முன் என்னுடைய நண்பர் டி.சி.வடிவேலு நாயகர் என்னுடைய உத்தரவைப் பெற்று பம்பாய்க்குப் போய் எடுத்தார். இதை நான் சென்னை யில் பார்த்தபொழுது சுபத்திரைப் பாத்திரம் நன்றாக நடித்ததுதான் என் மனதிற்கு திருப்தியைத் தந்தது" என்கிறார். பட வெளியீட்டு விழாவின்போது பம்மல் சம்பந்த முதலியார் அந் நிகழ்வில் கலந்து கொண்டு சிறப்பித்திருக்கிறார்.

ஹரிச்சந்திரா - பேசும்போதும், பாடும்போதும் சுந்தரேச ஐயர் குரல்

மிகவும் இனிமையாக இருந்தது. முத்துலக்ஷ்மி குரலில் பாடல்கள் இனிமையாக இருந்தன. அவர் உச்ச ஸ்தாயியில் பாடும்போதும், மற்றும் படத்தில் ஆங்காங்கே சில இடங்களில் மட்டும் ஒலிப்பதிவில் குறை இருந்தது.ஒளிப்பதிவு சிறப்பாக இருந்தது.

காலவ மஹரிஷி, ஹரிச்சந்திரா ஆகிய இரு படங்களுக்கும் கொட்டகைகள் நிரம்பி வழிந்தனவாம். மக்கள் பேசும் படத்தை அதிசயமாக வியந்து பார்த்தனர் என்கிறார் பாதாமி.

அப்போதெல்லாம் ஒரு சில நாட்கள் ஓடினாலே முதலீடு வசூலாகி விடும். அதிகபட்சமாக 4 பிரதிகள் மட்டுமே தயாரிக்கப்பட்டதால் அடுத்தடுத்த ஊர்கள் என்று மாகாணம் முழுதும் மற்றும் வெளி நாடுகளுக்கும் அனுப்பப்பட்டுக் கொண்டேயிருக்கும். 1936இல் இதே டி.சி.வடிவேலு நாயகரின் இயக்கத்தில் உருவான பட்டினத்தார் படம்தான் ஒரே திரையரங்கில் 14 வாரங்கள் ஓடி அதுவரை இல்லாத ஒரு புதிய சாதனையைப் படைத்தது என்பதை இங்கே ஒப்பிட்டுக் கொள்ளலாம்.

காணவில்லை

ஹரிச்சந்திரா, காலவமஹரிஷி ஆகிய படங்களின் திரையிடலின் போது, முறையே 2 படங்களுக்கும் அரங்குகளில் 12 பக்கமுள்ள கதைச் சுருக்கம், படக்காட்சிகள், கலைஞர்கள் பட்டியல் போன்றவற்றுடன் பாடல்கள் அடங்கிய பாட்டுப் புத்தகம் வழங்கப்பட்டதை அறிந்து கொள்ள முடிந்தது. காலவமஹரிஷி, ராஜா ஹரிச்சந்திரா ஆகிய படங்களின் பாட்டுப் புத்தகங்கள், ஆவணங்கள் இதுவரை யாருக்கும் கிடைத்ததாகப் பதிவாகவில்லை.

ராஜா ஹரிச்சந்திரா 1932

ராஜா ஹரிச்சந்திரா 1932

பொதுவாக, மௌனப்படக் காலத்திலிருந்தே ஹரிச்சந்திரா தமிழ் உள்ளிட்ட இந்திய மொழிகளில் வெளியானதால் அவற்றிலிருந்து ஒரு புகைப்படம் பரவலாகவும், தவறாகவும் பயன்படுவதைக் காணமுடிகிறது. ஆனால், மேற்காணும் படக்காட்சியில் D.R.முத்துலக்ஷ்மியின் முகம் நன்றாகவே அடையாளம் காணமுடிகிறது. எனவே, 1932இல் வெளிவந்த ராஜா ஹரிச்சந்திராவில் இடம் பெற்ற காட்சிதான் என்பது உறுதி யாகிறது. மேலும், மலேயா இதழ்களில் இடம் பெற்றுள்ள சில காட்சிகளையும் ஒப்பிட்டு உறுதிப்படுத்தப்பட்டது. அதை வைத்து சுந்தரேச அய்யரையும், மாஸ்டர் அழகு நாதனையும் அடையாளம் காண முடிகிறது. (வி.எஸ். சுந்தரேச அய்யரின் இந்தப் புகைப்படம் பெரும் பாலான இடங்களில் ராஜா சாண்டோ என்று தவறாகக் குறிப்பிடப் படுகிறது).

நடிகர்கள்

- *தென்னிந்திய மேடைகளில் தலைசிறந்த நடிகர் V.S.சுந்தரேச ஐயர்- ஹரிச்சந்திரன்*
- *COLUMBIA RECORDS புகழ் D.R.முத்துலக்ஷ்மி - சந்திரமதி*
- *மாஸ்டர் அழகுநாதன்- லோகிதாசன்.*

மற்றும் பரசுராம பிள்ளை, P.B.ரங்காச்சாரி, M.V.ராஜு முதலியார், Miss S.S.ஜானகி, Miss. ரத்னாம்பாள்,பெரியஸ்வாமி, சுப்பராயலு,சின்னஸ்வாமி

- *ஃபெர்டூர் இரானி -ஒளிப்பதிவு*
- *டெக்னிக்கல் டைரக்டர் - சர்வோத்தம் பதாமி*
- *இயக்குனர் - டி சி வடிவேலு நாயகர்.*
- *38 பாடல்கள் கொண்டிருந்தது.*
- *11812 அடி நீளம்*

பம்பாய் தணிக்கைச் சான்றிதழ் எண் 11213

மூவிடோன் என்ற தொழில்நுட்பத்தின்படி ஒலிப்பதிவு செய்யப்பட்டது. RCA என்ற தொழில் நுட்பம்தான் இந்தியாவில் பரவலாகப் பின்னர் பயன்படுத்தப்பட்டது. 25 பாடல்களை டி.ஆர்.முத்து லக்ஷ்மியும், 8 பாடல்களை சுந்தரேச ஐயரும் பாடியுள்ளனர்.

காலவமகரிஷி அல்லது சித்ரசேனா உபாக்யானம்- 1932

மிகச் சிறிய அளவிலான கதைச் சுருக்கம்.

சித்திரசேனன் என்னும் கந்தர்வன் ஊர்வசியுடன் பறக்கும் கம்பளத்தில் பறந்து செல்கிறான்.அப்போது தன் வாயிலிருந்த தாம்பூலத்தை

உமிழ்கிறான். அது, கீழே மண்டு, கமண்டு என்னும் தன் சீடர்களுடன் தியானத்திலிருக்கும் காலவரிஷியின் மீது விழுகிறது. ஞான திருஷ்டியின் மூலம் நடந்ததையறிந்த காலவரிஷி, சாபமிடுகிறார். அதனால், கிருஷ்ணார்ஜுனா சண்டை மூள்கிறது...

(எனது நாடக வாழ்க்கை- டி.கே.சண்முகம்)

சுகுணவிலாஸ சபையில் உறுப்பினராக இணைந்து, நாடகத் தந்தை பம்மல் சம்பந்த முதலியார் குழுவில் நாடகங்களில் பங்கேற்று நடிப்பு, எழுத்து உள்ளிட்ட பல பணிகளில் சிறப்பாக விளங்கியிருக்கிறார் நாயகர். 'காலவா நாடகம் வடிவேலு தினம்' என்று சொல்லுமளவுக்கு அவருக்கு சிறப்பு சேர்க்கும் வகையில் காலவரிஷி நாடகம் அமைந்திருந்ததை முதலியார் " நாடக மேடை நினைவுகள்" நூலில் பதிவு செய்திருக்கிறார். மேலும், பம்மல் சம்பந்த முதலியாரின் 90க்கும் மேற்பட்ட நாடகங்க ளில் பாட்டுக்கள் அதிகம் கொண்டது என்பதாலும் வடிவேலு நாயகர் காலவா நாடகத்தை தேர்ந்தெடுத்திருக்கலாம் என்று நம்ப முடிகிறது.

பட விவரங்கள்

- *சாகர் ஃபிலிம் கம்பெனி, மும்பையில் படப்பிடிப்பு செய்யப்பட்டது.*
- *V.S.சுந்தரேச ஐயர்-சித்திரசேனன்*
- *D.R.முத்துலக்ஷ்மி*
- *P.B.ரங்காச்சாரி- நாரதர்*
- *S.S.ஜானகி - ஊர்வசி*
- *இடம்பெற்ற மற்றும் சில கதாபாத்திரங்கள் அர்ச்சுனன், இந்திரன், கிருஷ்ணன், கமண்டு, மண்டு, சுபத்திரை, ஊர்வசி, சந்தியாவளி, ரத்னாவளி*
- *ஃபெர்டூர் இரானி - ஒளிப்பதிவு*
- *11,421 அடி நீளம்*
- *பம்பாய் தணிக்கைச் சான்றிதழ் எண் 11356*
- *4 பிரதிகள்*
- *டெக்னிக்கல் டைரக்டர் - சர்வோத்தம் பதாமி*
- *இயக்குனர் - டி. சி. வடிவேலு நாயகர்.*
- *காலவ மஹரிஷி- 28 பாடல்கள் கொண்டிருந்தது. தோராயமாக 2 வாரங்களில் படமாக்கப்பட்டது.*

சான்று ஆவணங்கள்

- எம் தமிழர் செய்த படம்– தியடோர் பாஸ்கரன்– உயிர்மை பதிப்பகம்
- Experiences of a bureaucrat's wife– Gita Vittal
- *T*OWARDS NEW GENELOGIES FOR THE HISTORIES OF BOMBAY CINEMA : THE CAREER OF SAGAR FILM COMPANY (1929–1940)– VIRCHAND DHARAMSEY.
- MALAYA TRIBUNAL, DAILY PAPER, 24.05.1932, PAGE 3
- எனது கலைப்பயணம்–வி. கே. ராமசாமி – நியூ செஞ்சுரி பதிப்பகம்.
- நமது சினிமா –சிவன்

WEB SITE

- 1.https://www.facebook.com/valliappan.ramanathan

- காலச்சுவடு, நவம்பர் 2021

பேசும்பட முதல்வர் டி.சி.வடிவேலு நாயகர்

இந்திய சினிமா தன்னுடைய மௌனத்தைக் கலைத்து, பேசத் தொடங்கியது 1931இல். வடக்கே இந்தியில் 'ஆலம் ஆரா'வும், தென்னிந்தியாவில் 'காளிதாஸ்'ம் முதல் பேசும் படங்கள். காளிதாஸ் படத்தை இயக்கியவர் எச்.எம்.ரெட்டி. வெளியான தேதி 31.10.1931.

முதல் தமிழ் பேசும்படம் காளிதாஸ் எனப்பட்டாலும், அது தமிழ், தெலுங்கு மொழிகள் இடம் பெற்ற முதல் பன்மொழிப் படம். அவ்வாறிருக்க தெலுங்கு மொழியின் முதல் பேசும்படம் என்று காளிதாஸ் சொல்லப்படுவதில்லை. மாறாக, காளிதாஸ்க்குப் பிறகு, வெளியான 'பக்த பிரஹலாதா' என்ற படம்தான் முதல் தெலுங்கு பேசும் படம் என்று கடைப்பிடிக்கப் படுகிறது. அதுபோலவே முழுவதும் தமிழ் இடம் பெற்ற 'ராஜா ஹரிச்சந்திரா'தான் முழு முதல் தமிழ்ப் படம். இதை இயக்கியவர் T.C.வடிவேலு நாயகர். 'காலவ மஹரிஷி'தான் 2ஆவது படம் என்றும் சொல்லப்படுகிறது. ஆயினும், கிடைத்துள்ள சான்றுகள் அவ்வாறாக இல்லை.எனினும், காலவமஹரிஷி படத்தை இயக்கிய வரும் வடிவேலு நாயகர்தான். இவ் விரண்டு படங்களிலும் டெக்னிக்கல் டைரக்டராக இணைந்து பங்காற்றியவர் சர்வோத்தம் பதாமி. காளிதாஸ் வெளியான சில மாதங்களிலேயே சென்னையில் அப்போதைய கினிமா சென்ட்ரல் திரையரங்கில் திரையிடப்பட்ட படம் 'ராஜா ஹரிச்சந்திரா' (1932 ஏப்ரல்).

முழுதும் தமிழிலேயே பேசிய முதல் படத்திலிருந்து துவங்கி 1930,40 களில் இயங்கிய இயக்குனரும், தமிழ் சினிமா முன்னோடிகளில் தவிர்க்கக் கூடாத ஒரு வருமானவர் டி.சி.வடிவேலு நாயகர். கதை,

வசனம், திரைக்கதை, பாடல்கள், கலைஇயக்கம் (ART DIRECTION), மற்றும் இயக்கம் ஆகிய பல்வேறு பணிகளைச் செய்து தமிழ் சினிமா பேசும்படக் காலத்தில் முதல் 2 பத்தாண்டுகளில் பங்காற்றியிருக்கி றார். துவக்கம் முதல் தொடர்ச்சியாகப் பணி புரிந்திருகிறார். ஏராளமான கலைஞர்களை அறிமுகப்படுத்தியும், வாய்ப்புகள் கொடுத்தும் வளர்த்தி ருக்கிறார்

காலவ மஹரிஷி படத்தில் ஊர்வசி நடனக்காட்சியில் ஜானகி

ஏ.நாராயணன், ராஜா சாண்டோ, ஆர்.பிரகாஷ் போன்ற பலரும் ஏற்கனவே தமிழில் (?) மௌனப்படங் களை எடுத்திருந்தபோதிலும், முதன் முதலில் சென்னையிலிருந்து புறப்பட்டு மும்பை, கொல்கத்தா ஆகிய நகரங்களுக்குச் சென்று பேசும் படங்களை எடுத்தவர் வடிவேலு நாயகர்.

நாடகம்

வடிவேலு நாயகர் அன்று பிரபலமாகவிருந்த சுகுண விலாச சபை என்ற நாடக சபையின் முனைப்பான உறுப்பினர். நடிகராகவும், எழுத்தாள ராகவும், ஒப்பந்ததாரராகவும் சுகுண விலாச சபையில் மும்முரமாக இயங்கியவர். நல்ல சங்கீத ஞானம் கொண்டவர். நன்றாகப் பாடக்கூடியவர். மெட்டுகளுடன் பாடல்களை எழுத வல்லவர். வள்ளி மணம் போன்ற இவர் எழுதிய நாடகங்கள் சுகுண விலாச சபையில் நடத்தப் பெற்றது. சில காலம் கன்னையா நாடக கம்பெனியில் பங்காற்றினார். கன்னையாவின் மறைவிற்குப் பிறகு கன்னையாவின் வாழ்க்கை வரலாற்றை எழுதினார். அது அண்மையில்தான் எமக்குக் கிடைத்தது.

சினிமா

அக் காலத்தில் நாடகத்திலிருந்து சினிமாவில் பங்காற்றியவர்களே நிறைய பேர். அவர்கள் 3 முதன்மையான குழுக்களைச் சேர்ந்த வர்களே. சுகுண விலாச சபா, டி.கே.எஸ். சகோதரர்கள் குழு, மதுரை ஒரிஜினல் பாய்ஸ் கம்பெனி ஆகியவையே அவை. மற்ற குழுக்கள் இவற்றி லிருந்து கிளைத்தவை எனலாம். நாடகக் குழுக்களில் 'வாத்தியார்' என்றழைக்கப்படுபவர் கதை,திரைக்கதை,வசனம், நடிப்புப் பயிற்சி, நடிகர்கள் தேர்வு போன்ற பணிகளைச் செய்பவர்கள். இவர்கள் 'நாடக இயக்குனர்', 'நாடக சூத்ரதாரி' என்றழைப்பட்டனர் (Playwright). இவற்றுடன் பாடல்கள், இசை, அரங்க அமைப்பு போன்றவற்றையும் செய்தவர்கள் உண்டு. 1923இல் மறைந்துபோன சி.ரங்கவடிவேலு

T.C.வடிவேலு நாயகர்

முதலியார் சுகுண விலாச சபையைச் சேர்ந்த சிறந்த நடிகர். இவர், மௌனப்படக் காலத்தில் திரைப்பட நடிகர்களுக்கு நடிப்புப் பயிற்சி அளித்ததை தியடோர் பாஸ்கரன் எழுதியிருக்கிறார். பம்மல் சம்பந்த முதலியார் சினிமாவில் ஆற்றிய பங்களிப்பும் நாடக இயக்குனர் என்பதாகவே இருந்தது. இவர்களைப் போலவே டி.சி.வடிவேலு நாயகர் சினிமாவில் ஆற்றிய பங்களிப்பு என்பதும் முதன்மையாக நாடக இயக்குனர் என்பதேயாகும். அதே வேளையில் 3 படங்களுக்குக் குறையாமல் (பட்டினத்தார், கவிரத்ன காளிதாஸ், விக்ரம ஸ்த்ரி சாகசம்)தனித்து இயக்கியும் இருக்கிறார். சுகுண விலாச சபையிலிருந்து சினிமாவில் பங்காற்றியவர்களில் வடிவேலு நாயகரே முதன்மையானவர். மேலும், பேசும்படங்கள் வந்த முதல் 10 ஆண்டுகளுக்குள்ளாகவே 15 படங்களுக்கும் மேலாகப் பங்கெடுத்திருப்பதுபோல் வேறு யாரும் இருப்பார்களா என்பதே ஐயத்திற்கிடமாகிறது. சினிமாவில் அவருடைய பங்களிப்பு வசனம் என்று மட்டும் சில இடங்களில் குறிப்பிடப்பட்டிருந்தாலும் அவர் நாடக இயக்குனர் செய்யும் பணிகளனைத்தையும் செய்தார் என்பதற்கு சான்றுகள் கிடைக்கின்றது.

ஊசித்தட்டு நாடகங்கள்

கிராமஃபோன் அறிமுகமானதும் கர்னாடக இசைப் பாடல்கள், நாட்டுப்புறப் பாடல்கள் போன்றவை ஒலிப்பதிவு செய்யப்பட்டு விற்பனை செய்யப்பட்டன. பின்னர், நாடகங்களை கிராமஃபோனில் ஒலிவடிவில் வசனம், பாடல்கள், இசை ஆகியவற்றுடன் கேட்கும்படியான நடைமுறை வந்தது.இதுபோன்ற கிராமஃபோன் நாடகங்களை எழுதியவர்களில் வடிவேலு நாயகரும் ஒருவர். இந்தக் குறிப்பை அ.கா.பெருமாள் (தமிழ் இந்து) எழுதியிருக்கிறார். நாவலாசிரியர் என்றும் குறிப்பிட்டிருக்கிறார்.

கலைஞர்கள் அறிமுகம்

முதல் தமிழ் பேசும் படம் மற்றும் துவக்கக்காலப் படங்கள் என்று வரும்போது, அவற்றில் பங்காற்றிய கிட்டத்தட்ட அனைவருமே அறிமுகம்

என்று சொல்லத் தகும். அந்த வகையில் முதல் தமிழ்க் கதாநாயகரான V.S.சுந்தரேச அய்யர், D.R.முத்துலக்ஷ்மி, P.B.ரங்காச்சாரி, கோல்டன் P.சாரதாம்பாள், கே.ஆர்.சாரதாம்பாள், N.கிருஷ்ணமூர்த்தி, கொத்த மங்கலம் சீனு, கொத்தமங்கலம் சுப்பு, M.M.தண்டபாணி தேசிகர், T.M.சாரதாம்பாள், இசையமைப்பாளர்கள் G.ராமநாதன், M.D.பார்த்த சாரதி, போன்ற புகழ் பெற்ற பலரையும் திரையுலகிற்கு அறிமுகப் படுத்தினார். இவ்வாறு நடிகர்கள் முதல், தொழில்நுட்பக் கலைஞர்கள் வரை ஏராளமானவர்கள் வடிவேலு நாயகரால் அறிமுகப்படுத்தப் பட்டவர்கள்.

முன்னோடி

புதிய பட நிறுவனங்கள், தயாரிப்பாளர்கள், இயக்குனர்கள் போன்றவர்களுக்குக் கலைத்துறையில் அனுபவமுள்ளவராக துணை நின்று தமிழ் சினிமாவின் வளர்ச்சிக்குப் பங்காற்றியிருக்கிறார்.தமிழ் சினிமாவின் மகத்தான முன்னோடிகளில் ஒருவரான ஏ. நாராயணனுடன் உறுதுணையாய் இணைந்து பல படங்களில் கலைத்துறை சார்ந்த அனுபவம் கொண்டவராகப் பணியாற்றியிருக்கிறார்.அதேபோல் வேல்பிக்சர்ஸ் எம்.டி.ராஜன், இயக்குனர் ஸ்ரீராமுலு நாயுடு, கண்ணாம்பாவின் கணவரும் இயக்குனருமான கே.பி.நாகபூஷணம், பானுமதியின் கணவர் ராமகிருஷ்ணா போன்ற ஸ்டுடியோ அதிபர்கள் மற்றும் இயக்குனர்களுக்கு அவர்களுடைய துவக்கக் காலத்தில் பெரிதும் பக்கபலமாய் இருந்து பங்காற்றியிருக்கிறார்.

கதை, திரைக்கதை, உரைநடை ஆசிரியர்

துவக்கக் காலங்களில் படங்களை எழுதி, இயக்கியும் வந்தவர் பின்னாட்களில் இணை இயக்கம்,கதை, திரைக்கதை, வசனம் போன்ற பங்களிப்புகளைச் செய்துள்ளார். அந்த நாட்களின் மிகவும் குறிப்பிடத்தக்க கதை வசன எழுத்தாளர்களில் ஒருவர். 'விக்ரம ஸ்திரி சாஹசம்' கதையே பின்னர் ஜெமினியின் தயாரிப்பான மங்கம்மா சபதமாக வெளியாகி வெற்றிபெற்றது. ஆனால், சர்ச்சைக்குரியதாகி விமர்சிக்கப் பட்டது. ஆனால், விக்ரம ஸ்திரி சாஹசம் படத்தின் திரைக்கதை அனைவரும் ஏற்றுக் கொள்ளும்படியாகவும் ரசிக்கும்படியாகவும் இருந்தது. பட்டினத்தார் படம் இதுவரை மூன்று வெவ்வேறு தயாரிப்புகளாக வந்துள்ளன. அவை மூன்றிலும் சிறந்த கதை,திரைக்கதை கொண்ட படம் வடிவேலு நாயகர் எழுதி, இயக்கிய பட்டினத்தார்தான் என்பதை ஒப்பிட்டுப் பார்க்கும் எவரும் ஏற்றுக் கொள்வர். இவரின் எழுத்தில் உருவான துளசி ஜலந்தர் படம் மீண்டும் படமாக்கப்பட வேண்டும் என்று அந்த நாளில் படத்தைப் பார்த்தவரான எழுத்தாளர் விட்டல் ராவ் குறிப்பிடுகிறார். துளசி ஜலந்தர் இன்று கிடைக்காமல் அழிந்துவிட்ட படங்களில் ஒன்று.சாவித்ரி (1941) படத்தில் நடித்த புகழ்பெற்ற வட இந்திய நடிகை சாந்தா ஆப்தே-வுக்கு தமிழ் கற்றுத் தந்த இருவரில் வடிவேலு நாயகரும் ஒருவர்.

ஏ.நாராயணனும, மீனாட்சியும் இடதுபுறத்தில்.
கோட், டையுடன் சி.கே.சாச்சி.
வலது கோடியில் கைகட்டி நிற்பவர் வடிவேலு நாயக்கர்.

புகழை விரும்பாதவர்

வடிவேலு நாயகர் பெயர் இருக்க வேண்டிய இடங்களிலேயே இல்லை என்பதுதான் பரவலான தேடுதலில் கண்டடைந்த ஓர் உண்மை.அதாவது, அவர் தன்னுடைய பெயரை முன்னிறுத்திக் கொள்வதை விரும்பாதவராக இருக்குமோ என்று யோசிக்க வைக்கிறது. போலவே, தன்னுடைய பங்கை குறைத்துக் காண்பித்திருக்கிறார் என்றும் எண்ண வேண்டியதாகிறது. பழைய ஆவணங்களில் இவர் தொடர்புடைய பொது நிகழ்ச்சிகளிலிருந்து, சினிமாப் பங்களிப்புவரை இவரின் பெயர் அரிதாகவே வெளிச்சத்திற்கு வந்திருக்கிறது.

சுகுண விலாச சபையினர் விடுதலை இயக்கத்துக்கு ஆதரவான நாடகங்களைப் பொதுவாக நடித்ததில்லை என்று தெரிகிறது. அங்கிருந்தே வந்தவரான வடிவேலு நாயகர் தொடர்புள்ள படங்களும் விடுதலை இயக்கக் கதைப்படங்களாக இல்லை.மாறாக, விடுதலைக்குப் பிறகும், இன்றும் நீடிக்கும் பெண்ணுரிமை,சாதிய சமத்துவம் ஆகியவற்றை உள்ளடக்கமாகக் கொண்டிருக்கிறது.

ஆர்யமாலா, ஜகதலப்ரதாபன், சதிமுரளி போன்ற படங்களின் கதைகளையும், அவற்றைத் தேர்ந்தெடுத்ததையும் கவனிக்கும்போது ஒன்றை உணரலாம். சாதிய ஏற்றத் தாழ்வுகளை எதிர்க்கும் ஒரு களமாகவே இவை இருக்கின்றன. பெயருக்குப் பின்னால் சாதிப்

பெயரைப் போட்டுக் கொள்வதையே வழக்கமாக வைத்திருந்த அந்தக் காலத்தில் இப்படி சாதிய ஏற்றத் தாழ்வுகளுக்கு எதிரான படங்கள் எடுக்கப்பட்டதில் வடிவேலு நாயகரின் பங்களிப்பு குறிப்பிடத் தகுந்தது.

1947 துளசி ஜலந்தருக்குப் பிறகு, வடிவேலு நாயகர் எந்தப் படத்திலும் பங்காற்றியதாக, எமக்கு இதுவரை விவரம் இல்லை.

12.7.1953 அன்று திருவல்லிக்கேணி நேஷனல் பெண்கள் உயர் நிலைப் பள்ளியில் நடைபெற்ற தென்னிந்திய நடிகர் சங்க விழாவைத் துவக்கி வைத்து நிகழ்வில் துவக்கவுரை ஆற்றியுள்ளார். மூத்த நடிகர் மற்றும் நாடகாசிரியர் என்ற முறையில் சிறப்பிக்கப்பட்டுள்ளார். இவரைப் போன்றே பழம்பெரும் இயக்குனரான எச்.எம்.ரெட்டி தலைமை வகித்திருக்கிறார். B.N. சர்க்காரின் நிகழ்வில் கலந்துகொண்டு சிறப்பித்தார்.

தமிழ் நாடு இயல், இசை, நாடக மன்றம் கலைஞர்களுக்கு விருதுகள், பொற்கிழி அளித்தல்,திருவுருவப் படங்கள் திறந்து வைத்தல் போன்ற சிறப்பு மரியாதைகளைச் செய்யும் தன்னுடைய பணியில் 1985-86 இல் டி.சி.வடிவேலு நாயகர் அவர்களுடைய திருவுருவப் படத்தையும் திறந்து சிறப்பித்துள்ளது

வடிவேலு நாயகர் பங்களிப்பு செய்த படங்கள்

1.ராஜா ஹரிச்சந்திரா 2.காலவமஹரிஷி அல்லது சித்ரசேனன் உபாக்யானம் (1932), 3.பிரஹலாதன் (1933), 4.சக்குபாய், 5.திரௌபதி வஸ்திராபஹரணம் (சீனிவாசா சினிடோன் தயாரிப்பு) (1934), 6.பட்டினத்தார்* (வேல் பிக்சர்ஸ்), 7.மீராபாய் 8.விராட பருவம் அல்லது ப்ருஹன்னளை 9.விஸ்வாமித்ரா (1936), 10.கவிரத்ன காளிதாஸ் 11.ஶ்ரீ கிருஷ்ண துலாபாரம் 12.விக்ரம ஸ்திரீ சாகசம் & நவீன ஸ்திரீ சாகசம் (1937), 13.பிரகலாதா* - 1939, 14.ரம்பையின் காதல் அல்லது யத்பவிஷ்யன்*- (1939), 15.சதி முரளி (1940) 16.சாவித்ரி*, 17.ஆர்யமாலா* (1941), 18.ஹரிச்சந்திரா*, 19.ஜகதலப்ரதாபன்* - 1944, 20.புலந்திரன் - 1946 (வெளிவரவில்லை.பாதியில் நின்றுவிட்டது), 21.துளசி ஜலந்தர்- 1947.

* குறியிட்ட படங்கள் இன்றும் கிடைக்கின்றன. பட்டினத்தார் சுமார் 1 மணி நேர நீளம் மட்டும் கிடைக்கிறது.

வடிவேலு நாயகர் பற்றிய அரிய, விரிவான தகவல்கள் மற்றும் புகைப்படங்களுடன் கட்டுரையாசிரியர் எழுத்தில் ‘பேசும் பட முதல்வர்’ என்றொரு நூல் அண்மையில் வெளியிடப்பட்டுள்ளது. மின்னங்காடி பதிப்பகம் (72992 41264) மின் புத்தகமாகவும் அமேசான் தளத்தில் கிடைக்கிறது.

நன்றி: உயிர்மை - ஜூன், 2022

முத்தவொலிப் படங்கள்

1951-இல் வெளியான மர்மயோகி படம்தான் முதன் முதலில் ஏ சர்டிஃபிகேட் பெற்ற படம் என்று அறிய முடிகிறது. ஆவி உலவுவது போன்ற காட்சிகள் இடம் பெற்றதால் தணிக்கைக் குழுவால் ஏ சான்றிதழ் வழங்கப்பட்டது. அதற்கும் முன்பு பெரியவர்கள் மட்டுமே பார்க்கத் தகுந்த, சிறியவர்கள் பார்க்கத்தகாத காட்சிகள் இடம் பெற்றிருக்கவில்லையா? இதே போன்ற பேய்,ஆவி போன்ற காட்சிகளும், ஆணும் பெண்ணும் நெருங்கி நடித்து உதட்டு முத்தமிட்டுக் கொண்ட காட்சிகளும் 1937இல் வெளியான அம்பிகாபதி படத்திலேயே காண முடிகிறது. ஹாலிவுட் இயக்குனரான எல்லீஸ் ஆர்.டங்கன் இயக்கிய அம்பிகாபதியே முத்தக் காட்சிகள் இடம் பெற்ற முதல் படம் என்பதாகப் பரவலாக பேசப்படுகிறது. ஆனால், அதற்கும் முன்பே முத்தக் காட்சிகள் இடம் பெற்றிருப்பதையும் அவற்றைத் தமிழர்களும் எடுத்துள்ளனர் என்பதையும் 30களின் துவக்கத்தில் வெளியான சில படங்களைக் கொண்டு ஆய்வு செய்கிறது இந்தக் கட்டுரை. இதைப் பற்றி ஏற்கனவே விட்டல்ராவ், தியடோர் பாஸ்கரன் போன்றோர் எழுதியிருக்கின்றனர். அவற்றைத் தொட்டும் தொடாமலும் தொடருவதே இந்தக் கட்டுரை.

பிரிட்டிஷ் காலனி காலத்துப் படங்கள் இன்று பலவும் அழிந்துவிட்ட நிலையில், கிடைக்கும் திரைப்படங்கள், காட்சிகள், விமர்சனங்கள் போன்ற ஆவணங்களை வைத்துக் காதல் காட்சிகள் எவ்வாறு கையாளப்பட்டன, அவை என்ன விதமான வரவேற்பினையும் தாக்கத்தையும் ஏற்படுத்தின? அன்றைய சமூகப் பின்னணி என்ன? சமூகம் எவ்வாறு அவற்றை விமர்சித்தன என்று

பார்க்கலாம். மௌனப்படக் காலத்திலிருந்தே சென்சார் போர்டு இயங்கி வந்தது. பிரிட்டிஷார் ஆட்சியில் இருந்த காலமாதலால், ஆங்கிலப் படங்களும் இந்திய மொழிப் படங்களும் பரவலாக எல்லா மாகாணங்களிலும் திரையிடப்பட்டன. ஆங்கிலப் படங்களின் விளம்பரங்களிலேயே முத்தக் காட்சிகள் வெளிப்படையாகத் தென்பட்டன. இந்திய மொழிப்படங்களில் பயன்படுத்தப்பட்ட பாலுணர்வுக் காட்சிகள் பிரிட்டிஷ் ஆட்சிக் காலத்தில் கடுமையான தணிக்கைக்கு உள்ளாகவில்லை என்பது புலனாகிறது. ஆனால், விடுதலை நோக்கோடு காட்சிகள் பயன்படுத்துவதற்குக் கட்டுப்பாடுகளும், மீறிய படங்களுக்கு வெளியீட்டுத் தடையும் விதித்திருக்கிறது.

ஆங்கிலப் படங்களுக்கு நிகராக எல்லா அம்சங்களையும் உள்ளடக்கி தமிழ்ப் படங்களையும் தரம் உயர்த்தப் பாடுபட்ட, உயர்த்திய கே.சுப்ரமண்யம், ராஜா சாண்டோ போன்றோர் முத்தக் காட்சிகளையும் எடுத்துள்ளதற்கான சான்றுகள் கிடைக்கின்றன.

ஆண் பெண் நெருங்கி நடித்த பாலுணர்வுக் காட்சிகள், ஆடைக் குறைப்பு நடனங்கள், பாலுணர்வு உரையாடல்கள் ஆகியவை பார்வையாளர்களை மகிழ்விக்கும் பொருட்டுப் பயன்படுத்தப்பட்டதா அல்லது படத்தின் தேவையைப் பொறுத்து பயன்படுத்தப்பட்டதா என்பது அந்தந்தப் படங்களைத் தனித்தனியாக கவனத்தில் எடுத்துக் கொண்டால் தெரியவரலாம். டார்சான் கதையில் இடம் பெறக்கூடிய காட்டில் வசிக்கும் ஆணும் பெண்ணும் ஆடைக்குறைப்பாக நடிப்பது பொருத்தம் கருதியே என்பதை ஏற்றுக் கொள்ளலாம் அல்லவா? 40 களின் துவக்கத்தில் வெளியான ஆர்யமாலா, ஜகதலப்ரதாபன் ஆகிய படங்களில் இடம் பெற்றுள்ள திறந்தவெளிக் குளியல் காட்சிகளில் பார்வை இன்பத்துக்காகப் பெண்ணுடல் எல்லை மீறிய வகையில் வலிந்து காட்டப்பட்டுள்ளதைக் காணமுடிகிறது.

பவளக்கொடி

1934லேயே வெளியான பவளக்கொடி படம்தான் எம்.கே.டி பாகவதர், எஸ்.டி.சுப்புலக்ஷ்மி ஆகிய நட்சத்திரங்கள் அறிமுகமான முதல் படம். இந்தப் படத்தில், பவளக்கொடி அன்னப்பறவையை தன் மேலே சாய்த்து அணைத்துக் கொண்டு தூங்குகிறாள். அந்த அன்னப் பறவையின் உருவில் மறைந்திருந்த அர்ஜுனன் உருமாறி பவளக் கொடியின் மேல் ஊர்ந்து சென்று உறங்கிக் கொண்டிருக்கும் பவளக் கொடியை உதட்டோடு உதடுகள் உரசுகிறார். அர்ஜுனனாக நடித்தவர் எம்.கே.டி.பாகவதர். கே.கே.பார்வதிபாய் பவளராணியாக/ பவளக்கொடியாக நடித்தார். எஸ்.டி.சுப்புலக்ஷ்மி அல்லியாக நடித்தார். கே.சுப்ரமண்யம் இயக்கியிருந்தார்.

மேனகா

1935இல் வெளியான மேனகா தமிழில் துவக்கக் காலத்தில் வந்த படங்களில் ஒரு சிறந்த முன்னேற்றமடைந்த சமூகப் படமாகக்

டி.கே.பகவதி - எம்.எஸ்.விஜயாள்

டி.கே.சண்முகம் - கே.டி.ருக்மணி

கருதப்படுகிறது. இந்தப் படத்தில், டி.கே.சங்கரன், கே.டி.ருக்மிணியை உள்ளங்கை துவங்கி தோள்வரை ஒரு டஜன் முத்தம் கொடுக்கும் காட்சி இடம் பெற்றதென, 'எனது நாடக வாழ்க்கை' என்னும் நூலில் டி.கே.சண்முகம் எழுதியிருக்கிறார். மேனகா ஏற்கனவே வடுவூர் துரைசாமி அய்யங்காரால் எழுதப்பட்ட நாவலாக வந்து, வெற்றிகரமான நாடகங்களாக நடிக்கப்பட்டு பின்னரே திரைப்படமாக்கப் பட்டது. நாவலிலோ, நாடகங்களிலோ இல்லாத காட்சிகளான முத்தக் காட்சிகளும், பெண்ணைப் பாலியல் தொந்தரவுக்கு உள்ளாக்கும் காட்சி களும் ராஜா சாண்டோவால் சேர்க்கப்பட்டன. ராஜா சாண்டோ பேசாப் படங்கள் முதலே நடித்தும், இயக்கியும் வந்தவர்.

முகவாய்க் கட்டையைத் தொட்டு நடிக்கவே நடிகர்கள் மிகவும் கூச்சப் பட்டுள்ளனர். அருகில் நெருங்கித் தொட்டதும் கண்கள் சந்தித்துக் கொண்டதால் சிரித்துவிடுகின்றனர். இவ்வாறு நாலைந்து முறை களுக்கும் மேலே தாண்டிவிடும்போது இயக்குனரே சிரித்து விடுகிறார். ஏன் சிரித்தோம் என்றே தெரியவில்லை என்ற டி.கே. சண்முகத்தின் யோசனைக்கு விடையாக என்.எஸ்.கே. அதுதான் 'காதல் சிரிப்பு' என்றிருக்கிறார்.

சத்திய சீலன் (1936) படத்தில் முத்தக் காட்சி இருந்ததை ஒரு விமர்சனம் பதிவு செய்திருக்கிறது. முத்தக் காட்சியில் நடித்த நாயக, நாயகி எம்.கே. டி. பாகவதரும், தேவசேனாவும். இப்படத்தை இயக்கியவர் பி.சம்பத் குமார்.

எல்லீஸ் ஆர்.டங்கன் தயாரிப்பில் உருவான சீமந்தனி அல்லது சோமவார விரத மகிமை (1938) என்ற படத்தில் கதாநாயகியின் புறங்கையை எடுத்து கதாநாயகன் முத்தமிடும் ஒரு காட்சி இடம் பெறுகிறது. கதாநாயகனாக நடித்தவர் எம்.ஆர்.கிருஷ்ணமூர்த்தி என்கிற மஹா ராஜபுரம் கிருஷ்ணமூர்த்தி ஐயர். கதை நாயகியாக நடித்தவர் சினிமா ராணி டி.பி.ராஜலக்ஷ்மி.

1935இல் வெளியான பக்த பட்டினத்தார் படத்திலும் கதைக்குப் பொருந் தாத வகையில் முத்தக் காட்சி இடம் பெற்றதாக ஆவணமொன்று

மேனகா படத்தில் கே.டி.ருக்மணி - டி.கே.சண்முகம்

கூறுகிறது. ராஜா சாண்டோ இயக்கிய மைனர் ராஜாமணி (1936) படத்திலும் முத்தக் காட்சி இடம் பெறுகிறது.

சினிமாவுக்காக இல்லாமல் புகைப்படங்களுக்காக நடிகர் நடிகைகளை எல்லீஸ் ஆர்.டங்கன் படம் பிடிக்கிற ஒரு படக்காட்சியில் நாடகம் மற்றும் சினிமா அனுபவமுள்ள பெண்களேகூட எவ்வளவு வெட்கப் படுகின்றனர் என்பதைப் பார்க்க முடிகிறது.

சினிமாவில் நடிக்க பெண்கள் முன்வராத காலத்தில், பெண்கள் சினிமா பார்ப்பதை ஒரு குறிப்பிட்ட பிரிவினர் தடை விதித்த காலத்தில், பெண்களின் கதாபாத்திரத்தில் ஆண்களே பெண் வடிவமிட்டு நடித்து வந்த காலத்தில் நடந்தவை இவை என்பதே குறிப்பிடத் தகுந்தது.

நாடகங்களில் பெண் பாத்திரங்களில் ஆண்களே நடித்து வந்தனர். ஒருசில நாடகக் குழுக்கள் மட்டுமே ஒருசில பெண்களை, சிறுமிகளை உள்ளடக்கியிருந்தது. தனியாகப் பெண்கள் மட்டுமே கொண்ட நாடகக் குழுக்களும் இருந்தன. பாலாமணி, டி.எம்.கமலவேணி போன்றவர்களின் நாடகக் குழுக்களை எடுத்துக்காட்டாகச் சொல்லலாம். ஆண் பெண் இணைந்து செயலாற்றுவதில் இருந்த சிக்கல்களையே இவை உணர்த்து கின்றன. எவ்வளவோ குறைகளோடிருந்த துவக்கக்காலப் படங்களில் அந்தச் சிக்கல்கள் எல்லாம் தொழில்நுட்ப வளர்ச்சி, முன்னேற்றம் ஆகிய வற்றைச் சார்ந்தது. ஆனால், பெண்கள் நடிக்க முன்வராதது பண்பாட்டுச் சிக்கல் தொடர்புடையது.

1934இல் வெளியான சீதா கல்யாணம்(1934) படத்தில் நேர்வாழ்வில் உடன் பிறந்த அண்ணன் தங்கையான சிறுவர்கள் மாஸ்டர் ராஜம் மற்றும் சிறுமி ஜயா ஆகியோர் ராமன் சீதையாக நடித்ததற்குச் சிலர் கண்டனம் தெரிவித்திருக்கிறார்கள். சதி லீலாவதி(1935) படத்தில் நிறைய வாய்ப்பும் வரவேற்பையும் பெற்ற சிறுமியாக நடிக்க வேண்டிய பாத்திரத்தில் ஒரு சிறுவனே நடித்திருக்கிறான். மேனகா படத்திலேயே தலையை மழித்துக் கொண்ட விதவை பார்ப்பனப் பெண்ணாக நடிக்க பெண்கள் முன்வரவில்லை என்பதால் டி.கே. முத்துசாமியே பெண்

மதுரை வீரன்(1939) படத்தில்
எம்.எம்.சிதம்பரநாதன், எம்.ஏ.ராஜாமணி

வடிவில் நடித்தார். பக்த ராம தாஸ் எனும் படத்தில் பெண் கதா பாத்திரத்தில் நடித்த அனைவரும் ஆண்களே. பெண்களே நடித்திருந்தாலும் இவ்வளவு சிறப்பாக நடித்திருக்காமல் போயிருக்கலாம் என்று பாராட்டுகிறது ஒரு விமர்சனம். தோற்றத்தையும் நடிப்பையும் பொறுத்தவரை சமாளித்திருக்க முடியும். ஆனால், சொந்தக் குரலில் மட்டுமே பேசிப் பாடி நடிக்க வேண்டிய தொழில் நுட்பச் சிக்கல் இருந்த காலத்தில் துல்லியமான பெண் குரலில் நடித்தனரா என்பது விளங்கவில்லை. குரல் மாற்றிப் பேசும் திறன் அத்தனைப் பேரிடமும் இருந்திருக்குமா? நாடகத்தின் தொடர்ச்சியாக மக்கள் அதை ஒரு சிக்கலாகப் பொருட்படுத்தவில்லையா?

லீலாவதி சுலோச்சனா (1936) படத்தில் நாயகனுக்கும், 2 நாயகிகளுக்கும் வயது வேறுபாடு இருந்தது பதிவாகியிருக்கிறது. நாயகனாக நடித்த பி.எஸ்.கோவிந்தனை விட வயதில் மூத்தவர்களான பி.எஸ். சிவபாக்யம், டி.எம்.சாரதாம்பாள் ஆகிய இருவரும் இணையாக நடித்தது பொருந்தாமல் இருந்திருக்கிறது. நாடகக் கலாச்சாரத்தின் தொடர்ச்சியாகவும், பெண்கள் நடிக்க வருவதில் பற்றாக்குறை இருந்ததையுமே இவை காட்டுகின்றன. நாடகத்தின் தொடர்ச்சியாக சினிமாவிலும் ஒருவரே ஒன்றிற்கும் மேற்பட்ட கதாபாத்திரங்களில் நடித்ததற்கு எல்லீஸ் ஆர்.டங்கன், கே.சுப்ரமண்யம் போன்றவர்களின் படங்கள் உட்பட ஏராளமான எடுத்துக்காட்டுகளைக் காணமுடிகிறது.

கே.ஆர்.செல்லம் வனராஜ கர்ஸானில் தன்னுடைய விருப்பமின்றியே ஆடைக்குறைப்புக் காட்சிகளில் நடித்ததாகத் தெரிவித்திருக்கிறார். இவ்வாறிருக்க, 1937இல் சதி அஹல்யா படம் மூலம் அறிமுகமான இலங்கையைச் சேர்ந்த தவமணிதேவி அந்தக் காலத்தில் ஆடைக்குறைப்புடன் தோன்றி கவர்ச்சியாகவும், துணிந்தும் நடித்தவர். ஒரு படத்தில், படக்குழுவினர் வற்புறுத்தியதின் பேரில் மேலும் ஒரு சிறு ஆடையை சேர்த்துக் கொண்டு நடித்தவர். இந்தியப் பெண்கள் நடிக்க முன்வராத கட்டத்தில் ஒருசில ஆங்கிலோ இண்டியன் பெண்கள் இந்தியப் பெயர்களோடு நடித்துள்ளனர்.

1939இல் வெளியான தியாகபூமியில் பெண்கள் மணமுறிவு கேட்கும் உரிமை, சட்டத்தில் இல்லை என்பதைக் காட்டுகிறது. மேலும், சேர்ந்துவாழ கணவன் சட்டப்பூர்வமாக வற்புறுத்தினால் மனைவி இணைந்தே

ரத்னாவளி (1935) படத்தில் ஜே.சுசீலாதேவி

வாழ வேண்டும் என்று சட்டம் வலியுறுத்திய காலம் அதுவென்பதையும் தியாகபூமி எடுத்துக் காட்டுகிறது.

இருதாரச் சட்டம் என்பதும் நிறைவேற்றப்படாத காலமது. ஆண்கள், நடைமுறை வாழ்வில் ஒன்றுக்கு மேற்பட்ட மனைவிகள் கொண்டிருந்தனர் என்பதையும், நடிகர்களும் இதற்கு விதிவிலக்கல்ல என்பதையும் அறிய முடிகிறது. தமிழ்த் திரைப்படங்களில் தாசிகள் இடம் பெறுவதென்பது ஒரு மரபாகவே இருந்தது போல் பெரும் பாலான படங்களில் தாசிகள் கதாபாத்திரங்கள் இடம்பெற்றன. 1948இல்தான் தேவதாசி முறை ஒழிப்புச் சட்டம் நிறைவேறியிருக்கிறது. அப்போதுவரை சட்டத்தின்படியே கூட விதிமீறலாக இல்லாத வகையில் தேவதாசி முறை நடப்பில் இருந்த காலம் என்பதால் படங்களிலும் பயன்படுத்தப்பட்டிருக்கிறது. அந்தப் படங்கள் தேவதாசி களை எப்படிச் சித்தரித்தன என்பது ஒரு தனியான ஆய்வுக்குரியது. துவக்கக் காலப் படங்களில் நடித்தவர்கள் பெரும்பாலானோர் தேவதாசி மரபினரே என்பதும் குறிப்பிடத்தகுந்தது. கோயில்களிலும், விழாக்களிலும், செல்வந்தர்கள் முன்னிலையிலும் நடனம் ஆடுவதும், பாடுவதும் போன்றவற்றை சமூகக் கடமையாகக் கொண்டு கலைகளில் தேர்ந்தவர்களாக விளங்கியவர்கள் தேவதாசி மரபினர். செல்வந்தர் களின் முன்னிலையில் ஆடிப்பாடி மகிழ்வித்ததன் தொடர்ச்சியாகவே, சினிமாவிலும் கவர்ச்சி நடனங்கள் இடம் பெற்றிருக்கின்றன. இது

காந்தி காலத் திரைப்படங்கள் ❖ 63

பார்வையாளர்களின் பார்வை இன்பத்தையே நோக்கமாகக் கொண்டது. கிட்டத்தட்ட அனைத்துப் படங்களிலுமே நடனக் காட்சிகள் இருந்திருக்கின்றன. அவை, பரத நாட்டியம், குறத்தி நடனம், ஆடைக் குறைப்பு கவர்ச்சி நடனம் ஆகியவை படக்குழு நகைச்சுவை நடிகர்கள் பாலுணர்வு தொடர்பான உரையாடல்களைப் பேசுவதையும், காட்சிகள் அமைப்பதையும் வாடிக்கையாகவே கொண்டிருந்தனர் என்றும் கட்டற்ற சுதந்திரத்தோடு அவர்கள் செயல்பட்டனர் என்றும் புலனாகிறது.

மேனகா படத்தில், தாசி கமலம் என்கிற கதாபாத்திரத்தில் நடித்த பெண்மணி பாடுவது போல் இடம் பெற்ற சில வரிகள்.

"ஆசையென்பதோர் அளவு மீறியே
ஆஹா வெகு மோகமானேன்
அணைய வாரும் துரையே நீரும்..."

தாசியாகவே நடித்தாலும் பாடலில் இடம் பெற்ற அணைய வாரும் என்ற வரியை நீக்கியே ஆக வேண்டும் என்று அடம் பிடித்திருக் கிறார். அதன்படி, 'அருகில் வாரும் துரையே நீரும்' என்று மாற்றி அமைக்கப்பட்டிருக்கிறது. ஆனால், இதே படத்தில் தாசி கமலமாக நடித்தவருடன் கதைப்படி நெருங்கி நடிக்க வாய்ப்பு கிடைக்க வில்லை என்பதை என்.எஸ்.கிருஷ்ணன் அவருக்கேயுரிய புத்திசாலித் தனத்துடனும், குறும்புடனும் இயக்குனருக்கு உணர்த்தி, தான் நினைத்ததை சாதித்திருக்கிறார்.

என் எஸ் கிருஷ்ணன் இவ்வாறு காமுகனாக, பிறன் மனை விழைபவ ராக மேலும் சில படங்களில் நடித்தார். அந்தக் கால இதழ் ஒன்று என். எஸ். கிருஷ்ணன் இவ்வாறு வழக்கமாக நடிப்பதைச் சுட்டி, கண்டித்திருக்கிறது. அம்பிகாபதி, பர்த்ருஹரி போன்ற படங்கள் எடுத்துக்காட்டுகள். சந்திர காந்தா (1936) வெளியான நேரத்தில் சமூகத்தில் மிகவும் சலசலப்பை ஏற்படுத்திய படம். திருக்கள்ளூர் பண்டார சன்னிதி ஆங்கிலப்பெண், மலையாளப்பெண், வட இந்தியப்பெண் உட்பட ஆறு தாசிகளுடன் திரைமறைவில் நடித்த போலிச்சாமியார் வேடம். இந்தப் படத்தில் திருக்கள்ளூர் பண்டார சன்னிதியாக நடித்தவர் காளி ரத்னம்.

'ஸ்வாமிகாள்...!' என்று அவர் விளித்தது அன்று மிகவும் பிரபலமடைந்திருக்கிறது. 'ஸ்வாமிகாள் புகழ் காளி ரத்னம் நடித்தது' என்றே அவருடைய அடுத்தடுத்த படங்கள் விளம்பரப்படுத்தப் பட்டுள்ளன. 'பக்த துளசிதாஸ்' படத்தில் இந்த ஸ்வாமிகாள் காப்பியடிக்கப்பட்டது.

'தேக யோகாப்பியாசம் செய்ய வாரீர் மாதர்களே' என்று இரட்டை அர்த்தத்தில் திருக்கள்ளூர் பண்டாரம் அழைத்ததை மக்கள் பொது வெளியில் அழைப்பது அன்று சட்டம் ஒழுங்குச் சிக்கல்கள் வரை சென்றி ருக்கிறது. "பண்டார சன்னிதானம் காளி.என்.ரத்தினம் தன் அந்தரங்க அறையில் பல்வேறு மொழி பேசும் மோகனாங்கிகளை மறைத்துக் கொண்டு பால் பழங்களுடன் இனிசைவத்தை வளர்ப்போம் என்று சாடை

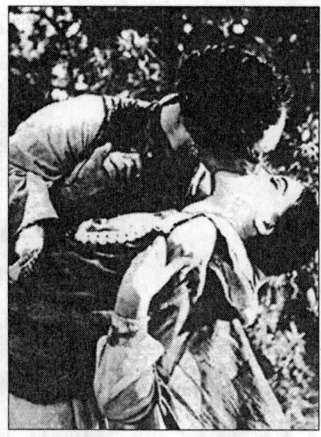

காளி ரத்னம் - 'சந்திரகாந்தா' படத்தில்...

காட்டும்போது திரையரங்கே சிரிப்பலைகளால் குலுங்கியது அந்தக் காலம்" என்று பேரறிஞர் அண்ணா எழுதியிருக்கிறார். இவ்வாறான பண்பாட்டுக் கலாச்சாரம் தொடர்பான சங்கதிகளை மக்களில் ஒரு சாரார் வரவேற்றிருக்கின்றனர். ஒரு சாரார் முகம் சுளித்திருக்கின்றனர். ஒரு சாராரும் பத்திரிக்கைகளும் கண்டித்திருக்கின்றன. இவை எல்லாக் காலத்துக்கும் பொருந்தும்.

நன்றி

தியடோர் பாஸ்கரன், விட்டல்ராவ், வள்ளியப்பன் ராமனாதன் (முகநூல் படங்கள்), நிழல் திருநாவுக்கரசு,அகிலா விஜயகுமார், சொர்ணவேல் ஈஸ்வரன் ஆகியோரின் பங்களிப்புகளுக்கு...

நன்றி: உயிர்மை- நவம்பர்,2021

பிற்சேர்க்கை

மௌனப்படங்களில் அவை எந்த வகைமாதிரியான படங்களாக இருந்தாலும், அவ்ற்றில் முத்தக்காட்சி இடம்பெறுவது தொடர்ந்தது என்று கூறியிருக்கிறார் B.D.கார்கா என்கிற பகவான் தாஸ் கார்கா. தென்னிந்திய மௌனப்படங்களைப் பற்றி விரிவாகத் தெரியவில்லை. எனினும், தற்போது கிடைக்கக்கூடிய வட இந்திய மௌனப்படங்களில் முத்தக்காட்சிகள் இடம்பெறுவதை எளிதில் காணலாம்.ஆங்கிலப் படங்களுக்கு இணையாக மிக நெருக்கமாகவும், ஆழமாகவும் உதட்டோடு உதட்டு முத்தம் தரும் காட்சிகள் ஆவணங்களாகவும் கிடைக்கின்றன.

பெண்கள் நடிக்க முன்வராத காலத்தில், வெளிநாட்டுப் பெண்களே சினிமாவில் நடிக்க முன் வந்தனர். அதுபோலவே, வெளி நாட்டுக்காரர்கள் பலரும் இந்தியப் படங்களை எடுத்தனர் என்பதும் குறிப்பிடத்தகுந்தது.

நன்றி : உயிர்மை, நவம்பர், 2021

போரின் விளைவே பேசும் சினிமா

‘யுத்தக் காலத்தில் நல்ல சிகரெட்டுகள் கூட கிடைப்பதில்லை’ என்று ‘பர்மா ராணி’ படத்தில் ஜப்பானிய ராணுவ ஜெனரல் சொல்வார். ராணுவ ஜெனரலாக நடித்திருந்தவர் மாடர்ன் தியேட்டர்ஸ் முதலாளி டி.ஆர். சுந்தரம். உலகையே புரட்டிப் போட்டுக் கொண்டிருந்த 2 ஆம் உலகப்போரில் உலக மக்கள் அனைவரும் திண்டாடிக் கொண்டிருக்கும் வேளையில் பர்மாவை ஆக்கிரமித்திருந்த ஜப்பான் ராணுவத் தலைமையதிகாரியின் பேச்சு இது.

ஊமைப்படங்களின் காலத்தில் நடந்தேறியது முதலாம் உலகப்போர். முதலாம் உலகப்போர் நடை பெற்றிருக்காவிட்டால் ஒருவேளை பேசும் சினிமா இன்னும் சில ஆண்டுகளுக்கு முன்பே கண்டுபிடிக்கப் பட்டிருக்கலாம் என்பது ஒரு கணிப்புதான். ஆனால், அதே உலகப்போரின் விளைவாகத்தான் பேசும் படம் அறிமுகமானது. முதலிலேயே போரில் ஈடுபடாத அமெரிக்கா படத்தொழிலில் மற்ற நாடுகளைவிட மும்முரமாக முன்னேறியது.

போரில் வெல்வதற்கான ஆராய்ச்சிகளின் விளைவாக கண்டுபிடிக்கப்பட்டவைகள் ஏராளம். ‘தெர்மியானிக் வால்வ்’ என்பது முதலாம் உலகப் போரின்போது கண்டு பிடிக்கப்பட்ட ஒரு கருவிதான். அதன் பயன்பாட்டை நன்கு உணர்ந்திருந்த நாடுகள், போர்ச்சூழலில் மற்ற நாடுகள் அறியாவண்ணம் கமுக்கமாகவே அதை ஆராயத் தொடங்கினார்கள். அந்தக் கமுக்க ஏற்பாட்டின் விளைவால்தான் தெர்மியானிக் வால்வைப் பேசும் சினிமாத் தொழிலுக்கும் பயன்படுத்தக்கூடிய சூழலும், வாய்ப்பும் ஏற்பட்டது. ‘ஒலியை ஒளியாக மாற்றி’ படச்சுருளுடன் இணைக்கப்பட்டது. அந்த வகையில்

மௌனப்படங்கள் பேசத் துவங்கியது போரின் ஒரு விளைவுதான் என வர்ணிக்கலாம். முதலாம் உலகப் போருக்குப் பிறகு வீழ்ச்சியடைந்த ஜெர்மனியைத் தட்டியெழுப்ப சினிமாவையே பயன்படுத்தினார்கள் .

பேசும் படம் வந்த பின்னர் நடைபெற்றதே 2 ஆம் உலகப் போர். தமிழ் சினிமா எனும் குழந்தை பலவகைகளில் அப்போதுதான் நடை வண்டியை விடுத்து தானாகவே தத்து நடை போடத் துவங்கி இருந்தது. 1939இல் தொடங்கிய இரண்டாம் உலகப்போர் 1945இல்தான் முடிவடைந்தது. இந்தியாவில் அதன் தீவிரம் 1942லிருந்தே தொடங்கியது. எனினும் அதன் தாக்கம் போர் முடிந்த பின்னும் நீடித்தது. அன்றைய தமிழ் சினிமா மீது 2 ஆம் உலகப்போர் எவ்வாறு தாக்கம் செலுத்தியது என்பதைப் பற்றி தியடோர் பாஸ்கரன்,விட்டல்ராவ்,முனைவர் ருக்மணி, அறந்தை நாராயணன் போன்றவர்கள் எழுதியதைத் தொட்டும் தொடர்ந்தும் மேலும் விரியும் ஒரு கட்டுரையாகவே இது எழுதப் பட்டுள்ளது. திரைப்படங்களின் உற்பத்தி, தொழில்நுட்பப் பணிகள், விநியோகம் ஆகிய அனைத்து நிலைகளிலும் மற்றும் தரத்திலும் ஏற்படுத்திய தாக்கங்களை நிறைய புள்ளி விவரங்களுடன் காணலாம்.

கருப்பொருள் தாக்கம்

ஆங்கிலேயர் ஆட்சிக் காலத்தில் சென்னை மாகாணத் தேர்தலில் வென்று ராஜாஜி தலைமையில் ஆட்சியில் இருந்த காங்கிரஸ் அரசு, 2-ஆம் உலகப்போரில் இந்தியர்களை ஈடுபடுத்துவதை விரும்பாததால் 1939இல் பதவி விலகியது. இதன் விளைவாக,

படத் தணிக்கை முறை மீண்டும் வெள்ளையர் வசம் சென்றதால், விடுதலைப் போராட்ட உணர்வைத் தூண்டும் வகையிலான தியாக பூமி, மாத்ருபூமி போன்ற படங்கள் தொடர்ந்து திரையிடப்படுவது நிறுத்தப்படது. சில ஆண்டுகளுக்குப் பிறகே இவை மீண்டும் வெளியிடப் பட்டன. எனவே, தடைச்சிக்கல் காரணங்களால் தமிழ்ப்படத் தயாரிப்பாளர்கள் சிக்கல்கள் இல்லாத வகையில் பொழுதுபோக்கான, நகைச்சுவை படங்களை எடுக்கத் துவங்கினர்.இதன் மூலம் தமிழ் சினிமாவின் போக்கு தடுமாறியது. ஏவிஎம் நிறுவனத்தார் தயாரித்த வாயாடி, போலி பாஞ்சாலி, சபாபதி போன்ற படங்களும் கதம்பம், நவீன விக்ரமாதித்யன், அலிபாபாவும் 40 திருடர்களும், ஒன்றில் 4 மணிமாலை, பஞ்சாமிர்தம், என் மனைவி, செள செள, திவான் பகதூர் போன்ற நகைச்சுவை படங்கள் இந்தக் காலகட்டத்தில் வெளியான படங்கள்தான்.

இந்தக் காலகட்டத்தில் வெற்றிப் படங்களான உத்தமபுத்திரன், ஆர்யமாலா, சகுந்தலை, மனோன்மணி, கச்சதேவயானி, சாவித்ரி, பக்தகௌரி, அசோக் குமார், அருந்ததி, ஜகதலப்ரதாபன், நந்தனார், ஹரிதாஸ், ஹரிச்சந்திரா (கன்னட மூலம்), பால நாகம்மா (தெலுங்கு), மங்கம்மா சபதம், ஸ்ரீவள்ளி போன்ற படங்கள் தமிழ் சினிமாவின் உள்ளடக்கத் தேர்வையும், பாதையையும் பாதித்தது.

எண்ணிக்கையில் தாக்கம்

சராசரியாக ஆண்டுக்கு 35 தமிழ்ப் படங்கள் வெளியாகிக் கொண்டிருந்த சூழலில், போரினால் படங்களின் எண்ணிக்கை குறையத் தொடங்கியது. தோராயமாக 1939இல் 30 படங்கள், 1940இல் 40 படங்கள், 1941இல் 30, 1942இல் 24, 1943இல் 14, 1944இல் 10, 1945இல் 11, 1946இல் 16, 1947இல் 30, 1948இல் 36, 1949இல் 17, 1950இல் 13 படங்கள் என்ற எண்ணிக்கையில் குறைந்து போனதற்கு போரின் தாக்கமே முதன்மையானது. போர் தீவிரமடைந்திருந்த 1942 வாக்கில் ஏற்கனவே எடுத்து முடிக்கப்பட்ட படங்களையும் வெளியிட முடியாத நிலையிருந்தது.

ஏற்றுமதி-இறக்குமதி முடக்கம், உற்பத்தியின்மை, மின்சாரத் தட்டுப் பாடு ஆகிய காரணங்களால் படச்சுருள்கள் மற்றும் படப்பிடிப்புக்குத் தேவையான இயந்திரங்கள் போன்றவை கிடைப்பது சிக்கலானது. இந்தியாவில் படச்சுருள் தயாரிப்பு இல்லாத நிலை. எனவே, அப்போதிருந்த ஆங்கிலேய அரசு, படச்சுருள்கள் பயன்படுத்துவதற்குக் கட்டுப் பாடு விதித்தது. ஒதுக்கீடு முறையைக் கொண்டு வந்தது. கைவசம் இருந்தவை 1942 வரை மட்டுமே தாக்குப் பிடிக்கும் என்ற நிலை. படச்சுருள் கட்டுப்பாட்டை 1943 செப்டம்பரிலிருந்தே துவங்கியது.

கச்சா படச்சுருள் கிடைப்பதில் சிக்கல் எழுந்த நிலையில், ஒவ்வொரு படம் எடுக்கப்படும்போதும் ஆங்கில அரசு அவர்களுக்காக 2000 அடி நீளமுள்ள போர் பிரச்சார செய்திப் படங்கள் எடுப்பதைக்

கட்டாயமாக்கியது. இது, நிறைய படங்கள் எடுப்பதற்குத் தடையாக அமைந்தது. 11000 அடி நீளமுள்ள படங்கள் மட்டுமே எடுக்க வேண்டும் என்றும், முன்னோட்டக் காட்சிக்கான படம் (ட்ரெய்லர்) ஒன்றோ அல்லது ஒன்றுக்கும் மேற்பட்டோ எடுத்தால் அவை மொத்தம் 400 அடிக்குள்தான் இருக்க வேண்டும் என்றும் நிபந்தனைகள் விதிக்கப்பட்டன. பொதுமக்களைச் சென்றடையும் சக்தி வாய்ந்த ஊடகமாக அன்றிருந்த சினிமாவை பிரிட்டிஷ் அரசாங்கம் அவர்களுடைய பிரச்சார ஊடகமாக்கி விட்டது. விடுமுறையில் சென்றிருந்த போர் வீரர்களுக்கு உடனடியாகப் பணிக்குத் திரும்பும் ஆணையை சினிமா காட்சிகளில் வெளியிட்டனர்.ஜப்பானியர்களின் வானொலிப் பிரச்சாரங்களுக்குப் பதிலடி கொடுக்கும் வகையில் சினிமாவை பிரிட்டிஷார் பயன்படுத்திக் கொண்டனர். தட்டுப்பாடு காரணமாகப் படச்சுருள் விரயமாகாமல் மிகவும் கவனமாகப் படப்பிடிப்பு செய்ய வேண்டிய நெருக்கடி அதிகரித்தது. இதனால் ஒத்திகைகளுக்கு முக்கியத்துவம் தரப்பட்டு நீண்ட நாட்கள் பயிற்சிக்குப் பிறகே படப்பிடிப்பு நடைபெற்றது. இதுவும், படங்களின் எண்ணிக்கையைப் பாதித்தது.

படச்சுருள் தட்டுப்பாடு காரணமாக பிரதிகள் (பாசிட்டிவ்) எடுப்பதிலும் பற்றாக்குறை வந்தது. எனவே, திரையிடல் சிக்கல்களும் எழுந்தது. வட இந்திய மொழிப் படங்களை விட தென்னிந்திய மொழிப் படங்களுக்கு ஒப்பீட்டளவில் குறைவான பிரதிகள் என்ற பாகுபாடு நிகழ்த்தப்பட்டது.

எந்தவொரு படத்தயாரிப்பு நிறுவனமோ அல்லது ஸ்டுடியோவோ ஆண்டொன்றுக்கு 2 படங்கள் எடுத்தால், 3 ஆவது படம் போர்ச்சூழல் பின்னணி கொண்ட பிரிட்டிஷ் ஆதரவுப் படமாக இருக்க வேண்டும் என்று நிபந்தனை விதித்தது. பேச்சுவார்த்தையில் அமைந்த ஏற்பாட்டின்படி 4 படங்கள் எடுக்கலாம்.அவற்றில் போர் ஆதரவு படம் முதலாவதாக இருக்க வேண்டும். அவ்வாறு எடுத்தால் முன்னுரிமை அடிப்படையில் மேலும் 3 வணிகப் படங்களுக்குப் படச்சுருள் கிடைக்கும் நிலை ஏற்பாடானது. .இந்த நிபந்தனைகளுக்கெல்லாம் உட்பட்டு படமெடுக்கும் வாய்ப்பு அன்றைய பெரு நிறுவனங்களான மாடர்ன் தியேட்டர்ஸ், ஜெமினி ஸ்டுடியோ, ஜூபிடர் பிக்சர்ஸ் போன்றவர்களுக்கு மட்டுமே இருந்தது. முன்னுரிமையும் சொந்தமாக

ஸ்டுடியோ வைத்திருந்த நிறுவனங்களுக்கே அளிக்கப்பட்டிருக்கிறது. இந்த ஏற்பாட்டின்படி ஜெமினி ஸ்டுடியோவுக்கு தெலுங்குப் படம் எடுக்கவும், மாடர்ன் தியேட்டர்ஸ்க்கு தமிழ் படமெடுக்கவும் வாய்ப்பு கொடுத்தது. எனவேதான் ஜெமினி பாலநாகம்மா (தெலுங்கு) படம் எடுத்தது என்று கணிக்க முடிகிறது.

மேலும் புதிய தனிப்பட்ட நபர்கள் தயாரிப்பாளர்களாகிப் படமெடுக்க முன்வந்தபோது அவர்களுக்கு எதிரான கூக்குரல் எழுந்தது. ஏற்கனவே காலூன்றியுள்ள நிறுவனங்களில் பணிபுரியும் நிரந்தரத் தொழிலாளர்கள் வேலையிழக்க நேரிடாத வகையில் அவர்களுக்கே முன்னுரிமை கொடுக்க வேண்டும் என்று சொல்லப்பட்டது. படச்சுருள்களை உருத்துலக்கும் சல்ஃபர் சல்ஃபைடு போன்ற வேதிப்பொருட்களின் விலை கடுமையான அளவில் எகிறியது.

தேவையற்ற நீளம், பாடல்கள் என சராசரியாக 18000 அடி நீளம் என்றிருந்த நிலையில் 11000 அடி நீளம் மட்டுமே எடுக்கப்பட வேண்டும் என்ற நிபந்தனையைப் போரினால் விளைந்த நல்ல தாக்கம் என்றே பலரும் கருத்துத் தெரிவித்தனர். (ஆனந்த விகடனுக்கும் (எஸ் எஸ் வாசன்), கல்கி(ஆர்.கிருஷ்ணமூர்த்தி) இதழுக்கும் இதையொட்டிய சர்ச்சை அப்போது பரபரப்பை உண்டாக்கியிருந்தது. நீளக் கட்டுப்பாட்டை ஆதரித்தவர் கல்கி. எதிர்த்தவர் வாசன். புதுமைப்பித்தன் வாசனின் கட்சி).

தலைநகரின் நிலை

1942இன் துவக்கத்தில் போரின் தாக்கம் தீவிரமாக இருந்த சமயத்தில் சென்னைதான் கடுமையான தாக்கத்திற்கு உள்ளானது. இந்தியாவின் அண்டை நாடுகள் வரை ஆக்கிரமித்துவிட்ட ஜப்பான், இந்தியாவில் ஓரிரண்டு இடங்களில் மட்டுமே விமானங்கள் மூலம் குண்டு போட்டது. எதிர்பாராத நேரத்தில் சென்னை நகரின் மீது விமானங்கள் முற்றுகையிட்டு அச்சுறுத்திக் கொண்டிருந்தன. எனவே, மக்கள் (தோராயமாக 35 லட்சம் பேர்) பட்டணத்திலிருந்து கொத்துக் கொத்தாக வெளியேறினர். எல்லா வகைமைகளிலும் கதைகளை எழுதி விட்ட புதுமைப்பித்தன் 1946இல் எழுதிய ஒரு கதையின் தலைப்பு “பட படப்பு”. இரண்டாம் உலகப் போர்க்காலத்தில் சென்னையின் சூழலை சுருங்கச் சொல்லி உணர்த்திய ‘கதைக்கட்டுரை’ என்றே இதைச் சொல்லலாம்.

1942இன் துவக்கத்தில், சென்னை மாகாணத்திலேயே சேலத்தில் ஒன்றும் (மாடர்ன் தியேட்டர்ஸ்), கோவையில் இரண்டும் (சென்ட்ரல் ஸ்டுடியோஸ், கந்தன் ஸ்டுடியோஸ்) என்கிற அளவில் மட்டுமே ஸ்டுடியோக்கள் இருந்தன. சென்னை மற்றும் அதன் புறநகர் பகுதிகளில் மட்டுமே மற்ற அனைத்து 8 படப்பிடிப்பு நிறுவனங்களும் இயங்கிக்கொண்டிருந்தன. ஸ்டுடியோக்களும் சென்னையைவிட்டு வெளி யூர்களுக்குச் சென்றன. நியூடோன் ஸ்டுடியோ தேவகோட்டைக்குச்

சென்றது. சுந்தரம் சௌண்ட் ஸ்டுடியோஸ் கோயம்பத்தூர் சென்றது. ப்ரகதி பிக்சர்ஸ்(ஏவிஎம்) காரைக்குடி சென்றது. ஃபிலிம் சேம்பர் ஆஃப் காமர்ஸ் கும்பகோணம் சென்றது. 'சினிமா உலகம்' பத்திரிகை கோவை சென்றது. பம்மல் சம்பந்த முதலியார் பெங்களூர் சென்றார். வினியோகஸ்தர்களும் புலம் பெயர்ந்தனர்.

சென்னையை ஒப்பிடும்போது அன்றைய நிரந்தரத் திரையரங்குகள் பெரிய நகரங்களிலேயே கூட ஒன்றிரண்டு என்ற அளவிலேயே இருந்தன. சென்னையில் மட்டும் 22 நிரந்தரத் திரையரங்குகள் செயல்பட்டுக் கொண்டிருந்தன. அன்றைய வட ஆர்க்காடு, தென்னார்க்காடு ஆகிய 2 மாவட்டங்களிலிருந்த நிரந்தரத் திரையரங்குகளின் எண்ணிக்கையை விட சென்னையில் கூடுதலாக இருந்தது. 1942இன் துவக்கத்தில் சென்னையில் மாதக்கணக்கில் திரையரங்குகள் மூடப்பட்டன.

எதிரிகள் சென்னையைத் தாக்கினால் என்ன செய்வது? என்ற கேள்விக்கு விடையாகத் தயாரிக்கப்பட்ட படம் *Madras must not burn*. வில்லியம் ஜே. மொய்லான் என்பவர் தயாரிப்பில் உருவானது. இவர், எல்லீஸ் ஆர். டங்கனுடன் இணைந்து தமிழ்ப் படங்களை இயக்கியவர். தமிழ், தெலுங்கு, ஆங்கிலம், உருது ஆகிய மொழிகளில் காட்சிப்படுத்தப்பட்டது. 2 ஆம் உலகப்போர் பற்றிய பேச்சு வரும்போது ஏ. ஆர். பி. (*ARP- Air Rid Precaution*) என்ற சொல்லும் தவிர்க்க முடியாமல் இடம் பெற்றுவிடுகிறது. நேரடி ராணுவத்தினர் அல்லாமல் இந்த ஏ.ஆர்.பி. பணிக்காக நியமிக்கப்பட்டவர்களுக்கும் தீ அவிப்பு வீரர்களுக்கும் பயிற்சியளிக்கும் வகையில் குறும்படங்கள் எடுக்கப்பட்டு இலவசமாகவே திரையிடப்பட்டன. கைவசமிருந்த படச்சுருள் இவ்வாறு போர் பிரச்சாரத்துக்கே செலவானது.

இந்தியாவாழ் வெளிநாட்டவர்

பேசும்படம் வந்த முதல் 20 ஆண்டுகள் வரையிலேயே கூட தமிழர்களுக்கு சினிமா, தொழில்நுட்பம் ஆகியவற்றில் பயிற்சியளித்தும் வழிகாட்டியும் முன்னின்று படத்தயாரிப்பு பணிகளில் வெளிநாட்டினர் ஈடுபட்டிருந்தனர். அவர்கள் பிரிட்டிஷ் அரசாங்கத்தின் நெருக்கடிகளுக்கு உள்ளானார்கள். பிரிட்டிஷாருக்கு அப்போதைய பகை நாடுகளான இத்தாலி, ஜெர்மன் போன்ற நாடுகளிலிருந்து வந்திருந்த கணிசமானவர்கள் கண்காணிப்பில் வைக்கப்பட்டும், வீட்டுச்சிறை வைக்கப்பட்டும் முழுமையாக செயல்படாத நிலை உருவானதால் இந்தியாவை விட்டு வெளியேறிவர்களும் உண்டு. இதுவும் சினிமா உருவாக்கத்தையும், அவற்றின் தரத்தையும் பாதித்தது. அதேவேளையில், இந்தியர்களே முன்வந்து படமெடுத்ததால் வாய்ப்புகள் கிடைத்து முன்னேற்றம் பெறுவதும் நடந்தேறியது..

அரசியல் தாக்கம்

எம்.கே.தியாகராஜ பாகவதர் உட்பட சிலர் நாடகம், சினிமா ஆகியவற்றில் வசூலான பணத்தை பிரிட்டிஷாருக்குப் போர்க்கால

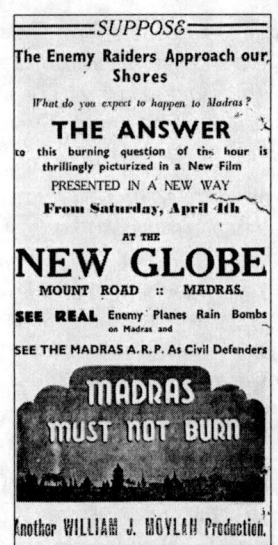

உதவியாக அளித்தனர். இதனால் வருவாய் இழப்பு ஏற்பட்டதுடன் நில்லாமல் சினிமாவில் ஈடுபாடு காட்டிய காங்கிரஸ் கட்சியைச் சேர்ந்த தீரர் சத்தியமூர்த்தி போன்ற விடுதலை இயக்கத்தில் ஈடுபட்ட வர்களுக்கும் சினிமாக்காரர்களுக்கும் உட்பூசல் உருவானது.

இந்தியப் படங்களைக் கண்காணிக்கவும், கட்டுப்படுத்தவும் திரைப்பட ஆலோசனை வாரியம் அமைக்கப்பட்டது. இங்கிலாந்திலிருந்து அலெக்சாண்டர் ஷா என்பவர் வரவழைக்கப்பட்டு வாரியத்தின் பொறுப்பை யேற்று போர் தொடர்பான சில படங்களைத் தயாரித்தார். படச்சுருள் தட்டுப்பாடு நிலவியிருந்த நிலையிலும் இந்தியப் படையினருக்குப் பயிற்சியளிக்கும் விதமான குறும்படங்களையும், பொதுமக்களுக்குப் போர் பற்றிய விழிப்புணர்வை ஏற்படுத்தும் படங்களையும் எடுத்தனர். அத்தோடு நில்லாமல் அலெக்சாண்டர் ஷா, இந்தியப் படங்களைப் பற்றிக் குறை கூறினார். இதற்கு இந்தியர்கள் தரப்பில் எதிர்ப்பு எழுந்தது. ஓராண்டுக்குள்ளாகவே 1941இல் இவர் இங்கிலாந்திற்குத் திருப்பி அனுப்பப்பட்டார்.

தமிழர்வாழ் அயல் நாடுகள்

தமிழர்கள் வாழும் அயல் நாடுகளிலும் பேசும் படக் காலத்திற்கு முன்பிருந்தே நாடகம், மௌனப்படங்கள் போன்றவை கிட்டத்தட்ட சம காலத்திலேயே நடந்தேறின. சிங்கப்பூர், மலேயா (தற்போதைய மலேசியா, சிங்கப்பூர் உள்ளிட்டவை), பர்மா, இலங்கை ஆகிய நாடுகள் இந்தப் பட்டியலில் இடம் பெறும். இந்த நாடுகளிலும் போர்ச்சூழலின் தாக்கம் இருந்ததால் தமிழ்ப் படங்கள் இன்னலுக்குள்ளாயின.

இந்தியாவிலிருந்ததைப் போலவே திரையரங்குகள் கட்டாய விடுமுறை மற்றும் மூடல்கள் போன்ற சிக்கல்களுக்கு உள்ளானது. பட விநியோகமும், விற்பனையும் பெருமளவில் முடங்கியது.

கிழக்கு ஆசிய நாடுகளில் நடந்த 2 ஆம் உலகப்போரின் உக்கிரத்தை வாசகரின் மனக்கண்ணில் நிகழ்த்திக் காட்டும் காத்திரமான ஒரு இலக்கியப் படைப்பு ப.சிங்காரம் எழுதிய 'புயலிலே ஒரு தோணி'. கிழக்கு ஆசிய நாடுகள் பெரும்பாலானவற்றையும் மற்றும் இந்தியாவின் அங்கமான அந்தமான்-நிக்கோபார் தீவுகளையும் ஜப்பான் கைப்பற்றியிருந்த நிலையில் பர்மாவில் வாழ்ந்த தமிழர்கள் உள்ளிட்ட இந்தியர்கள் தாய்நாடு திரும்பினர். முந்தைய காலத்தில் இந்தியர்களுடன் இணக்கமாக வாழ்ந்து வந்த பர்மியர்கள் இந்தியர்களின் இருப்பையும், வளர்ச்சியையும் வெறுக்கத் தொடங்கியிருந்தனர். போர்ச்சூழலைப் பயன்படுத்திக் கொண்டு பர்மியர்கள் இந்தியர்களை விரட்டினர். விமானப் போக்குவரத்து வழக்கமான சூழலிலேயே அரிய ஒன்றாக இருந்தது. கப்பல் போக்குவரத்தும் பாதிக்கப் பட்ட நிலையில் பர்மாவிலிருந்து தரைவழிப் பயணமாகவே அசாம் வழியாகத் தாய் நாடு திரும்பினர். அதிலும், கால் நடையாகவே வந்தபோது லட்சக்கணக்கானோர் மடிந்து போயினர். குழந்தைகள் அனாதைகளாகினர். அவ்வாறு அனாதைகளான குழந்தை களுக்கென்றே வள்ளுவர் குருகுலம் சென்னைக்குத் தெற்கே உருவானது. பர்மாவிலிருந்து கொண்டு தமிழில் பத்திரிகைகள் நடத்திவந்த ஏ.கே. செட்டியார் (தனவணிகன்), வெ.சாமிநாத சர்மா(ஜோதி) ஆகியோர் போர்ச்சூழலில் பர்மாவிலிருந்து இந்தியா திரும்பிவிட்டனர். இவர்கள் சினிமாவுடன் தொடர்பு கொண்டு சினிமாவை வளர்த்தவர்கள். அவ்வாறு புலம் பெயர்ந்து வந்தவர்களாலேயே தனியான புதிய குடியிருப்புப் பகுதிகள் புதிதாக உருவாகின. பர்மா காலனி என்று இன்றும் காணமுடிகிறது. இலங்கையில் வாழ்ந்துகொண்டிருந்த ஏ.எஸ்.ஏ. சாமி, போரின் காரணமாகவே இந்தியா திரும்பினார். ராஜகுமாரி படத்தில் எம்.ஜி.ஆரைக் கதை நாயகனாக்கினார்.

ஆங்கிலேயர்களின் இந்தக் கட்டுப்பாடுகளுக்கு எல்லாம் உட்பட்டு தமிழில் மானசம்ரக்ஷணம், பர்மா ராணி, என் மகன், கண்ணம்மா என் காதலி, சித்ரா ஆகிய படங்கள் எடுக்கப்பட்டன. இவை 'ரெக்ரூட்மெண்ட் படங்கள்' எனப்பட்டன. இவை 1945இல் வெளியான படங்கள். மானசம்ரக்ஷணம் படத்தை இயக்கிய கே.சுப்ரமண்யம் தீவிர காங்கிரஸ்காரர். பிரிட்டிஷாருக்கு ஆதரவாகப் போர்க்கால பின்னணிப் படமெடுத்ததால் சர்ச்சை எழுந்தது. எனினும், வெள்ளையனே வெளியேறு இயக்கம் துவக்கப்பட்டதற்குப் பிறகு வெளிவந்த இந்தப் படத்தில் அதே கருத்தை வலியுறுத்தும் வகையில் படம் இருந்ததாகவும் பிரிட்டிஷாரின் கோபத்திற்கு ஆளானதாகவும் தெரிகிறது. மான சம்ரக்ஷணம் மார்ச் மாதத்திலும், பர்மா ராணி தமிழ்ப் புத்தாண்டு வெளியீடாகவும், கண்ணம்மா என் காதலி அடுத்தும் வெளியாகின.

பர்மாவை மீண்டும் பிரிட்டிஷார் கைப்பற்றி மீட்ட பிறகேயான தீபாவளி நாளில் வெளியானது என்றாலும் 'என் மகன்' படமும் நல்ல வரவேற்பை பெற்றது. இதற்கும் பிறகே போர்ச்சூழல் நன்கு தணிந்திருந்தபோது வெளியான படம் சித்ரா. இந்த 5 படங்களிலுமே பர்மாவின் தலைநகரமான ரங்கூன்தான் களமானது. படங்களில் விமானப்படைதான் கையாளப்பட்டது.

இவைகளுள் முழுக்கவும் போரோடு தொடர்புடைய நுண் சித்தரிப்புகளும், கூர்மையான வசனங்களும் கொண்ட படம் பர்மா ராணி. இளங்கோவன் உட்பட டி.வி.சாரி, ஹரிதாஸ், கி.ரா. ஆகிய 4 பேர் தனித்தனியாக கதை,வசனப் பொறுப்புகளைச் செய்திருந்தனர். (பாட்டுப் புத்தகம், படத்தின் டைட்டில் கார்ட் ஆகியவற்றில் கிடைக்காத அரிய தகவல் இது). பர்மா ராணி இன்று காணக் கிடைப்பதால் மட்டும் இப்படிச் சொல்லிவிட முடியாது. கதையே போரை மையமாகக் கொண்டதுதான். 2ஆம் உலகப் போரின்போது, தென்கிழக்கு ஆசிய நாடுகளைக் கைப்பற்றினால் ரப்பர், ஈயம், எண்ணெய், அரிசி போன்றவற்றைக் கொள்ளையடிக்க முடியும் என்ற இலக்கோடு படையெடுப்பு நடைபெறுகிறது. பர்மாராணி படத்திலும், 7.5 லட்சம் டன் அரிசியை ஜப்பானுக்கு ஏற்றுமதி செய்யும் திட்டத்திற்கு மந்திரி (கே. கே. பெருமாள்) மறுக்கிறார். மந்திரியென்றும் பாராமல் சிறைப்பிடிக்கப் படுகிறார். அவசரப் பயணமாக டோக்கியோ சென்று விட்டதாக பர்மியர்களிடத்தில் வானொலி மூலம் அறிவிக்கப்படுகிறது. அப்போதிருந்த ஒரே வெகுமக்கள் தொடர்பு சாதனம் வானொலி என்பது குறிப்பிடத்தகுந்தது. ஜப்பானியர்கள் மிகவும் கடுமையாக நடந்து கொள்பவர்கள், விசாரணையே இருக்காது என்பதைப் புலப்படுத்தும் காட்சிகள் நிறைய உண்டு. புத்த பிக்குகளையும், பெண்களையும்கூட தயக்கமின்றிச் சுட்டு வீழ்த்துகின்றனர். 'நாம் ஆசியர்கள்' என்று சொல்லி ஆசிய நாடுகளை வளைத்த ஜப்பானியர் சீனாவோடு மட்டும் மோதல் போக்குக் கொண்டிருந்ததை சுட்டும் வசனம் படத்தில் இடம் பெறும்.

மக்களின் நிலை

'நாடகக் கலை வளருமா?' என்ற ஒரு கட்டுரையில் நாரண. துரைக்கண்ணன் எழுதியிருப்பது...யுத்தக் காலத்தில் பணப்புழக்கம் அதிகமாக ஏற்பட்டதால் மற்ற வியாபரங்கள், தொழில்கள் பெருகியதைப் போல் நாடகத் (கலையல்ல) தொழிலும் தலைதூக்கத் தொடங்கியது. சினிமா முதலிய களியாட்டங்களுக்கு ஏராளமான மக்கள் வந்து அதிக வசூலானது போல் நாடகங்களுக்கும் திரள் திரளாக மக்கள் வந்து பணவசூல் பெருகியது. நாடகக் கலையைப் பற்றிய ஞானமே இல்லாதவர்கள் கூட ரூபாய் அணா பைசாவில் குறியாக முயன்று நான்கு வருஷங்களாக நாடகக் கம்பெனிகளை ஏற்படுத்தி நாடகங்களை நடத்தி வருவதின் காரணம் மேற்குறித்த பணவருவாய்தான்''

என்று எழுதி நாடகக் கலைக்கு ஏற்பட்ட ஒரு நசிவாகவே இதைக் குறிப்பிடுகிறார். இது சினிமாவுக்கும் பொருந்தும்.

போரின் விளைவாகவே மக்களிடம் பணப்புழக்கம் மிகுந்திருந்தாக சொல்லப்படுகிறது. சென்னை தவிர மற்ற இடங்களில் படங்கள் தடைகளின்றி வெளியாகி அமோகமாகவே ஓடியிருக்கின்றன. 1942இன் துவக்கத்தில் போரின் தாக்கம் தீவிரமாக இருந்த சமயத்தில் சென்னை தான் கடுமையான தாக்கத்திற்கு உள்ளானது. சென்னையல்லாத பிற நகரங்களில் இந்தச் சமயத்தில் நிறைய படங்கள் வெள்ளி விழா, பொன் விழா கண்டன.

போரின் விளைவால் பர்மாவிலிருந்து திரும்பிய நாட்டுக் கோட்டைச் செட்டியார்கள் உட்பட்ட வணிகர்கள் கருப்புப் பணத்தை சினிமாவில் முதலீடு செய்தனர் என்று சொல்லப்படுகிறது. இதனால் நடிகர்களுக்கு கருப்புப் பணமாகப் பெரும் தொகை கொடுக்கப்படும் வழக்கம் வந்ததாகவும் நடிகர்களின் நட்சத்திரத் தகுதிக்கேற்ப அவர்கள் ஆளுமை செலுத்தத் துவங்கிய நிலை உருவானது என்றும் சொல்லப்படுகிறது. ஆயினும், சினிமாவின் துவக்கக் காலத்திலிருந்தே பெரும்பான்மையான தயாரிப்பாளர்கள் மற்றும் ஸ்டுடியோ முதலாளிகள் நாட்டுக் கோட்டைச் செட்டியார்கள் எனப்படும் நகரத்தார்கள்தான் என்பது குறிப்பிடப் பட வேண்டியது. அனாதைப்பெண் (1938) என்ற படத்தில் கொத்த மங்கலம் சுப்பு சினிமா தயாரிக்கும் நாட்டுக்கோட்டைச் செட்டியாராகவே நகைச்சுவை கலந்த பாத்திரத்தில் நடித்தார் என்பது ஒரு தகவல்.

போர் தீவிரமடைந்திருந்தபோது ஏற்கனவே தயாரித்து முடித்த படங்களுக்குத் திரையரங்குகள் கிடைக்கவில்லை. நன்றாக ஓடிக்கொண்டிருக்கும் படங்களும் காத்திருக்கும் படங்களுக்காக திரையரங்கை விரைந்தே விட்டுக் கொடுக்கவேண்டியதாயிற்று. போர் நிபந்தனைக்குட்பட்டு 11000 அடி நீளத்தில் எடுக்கப்பட்டதான, எம். கே.டி. பாகவதர் நடித்த ஹரிதாஸ் திரைப்படம் சென்னையில் ஒரே திரையரங்கில் 110 வாரங்கள் கடந்தும் ஓடி சாதனை படைத்தது. 1944 அக்டோபர் மாதத்தில் ஹரிதாஸ் வெளியானபோது போரின் தாக்கம் சென்னையில் வெகுவாகக் குறைந்து இயல்பு நிலைக்குத் திரும்பத் தொடங்கியிருந்தது. போர் தீவிரமாகவிருந்த கட்டத்தில் வெளியாகி வெள்ளி விழா,பொன்விழா கண்ட சில வெற்றிப் படங்களின் சாதனைகள் ஒருவேளை போர் இல்லாத சூழலில் வெளியாகியிருந்தால் மேலும் கூடியிருக்கலாம்.

மீண்டும் எப்போதும் போர் வரலாம் என்ற தவிப்பிலேயே இருந்ததால் உள் நாட்டிலேயே படச்சுருள், படப்பிடிப்புக் கருவிகள், வேதிப்பொருட்கள் உற்பத்தி தொடங்கப்பட வேண்டும் என்பதில் முனைப்பு காட்டினர்.

போரில் வெல்ல சினிமா பயன்படும் என்ற கருத்தாக்கத்தையே நாம் மேற்கண்ட செயல்பாடுகள் அனைத்தும் காட்டுகிறது. இறுதியில்

போரில் வென்றதன் பின்னணியில் சினிமாவும் இருக்கிறது என்பதும் உண்மையாகிறது. சினிமாவின் ஆற்றலை உணர்ந்து ஆக்க வழிகளில் பயன்படுத்த வேண்டும்.

உதவிய சில ஆவணங்கள்

- இந்தியன் எக்ஸ்பிரஸ் நாளேடுகள்
- பாம்பின் கண் -தியடோர் பாஸ்கரன்
- The South in the making of the indian film history 1913–1955 - Ph.d Thesis – P.RUKMANI
- தமிழ் சினிமாவின் பரிமாணங்கள்–விட்டல் ராவ்– நிழல் பதிப்பகம்
- எனது பர்மா குறிப்புகள்– செ.முகம்மது யூனுஸ்– காலச்சுவடு
- அண்ணல் அடிச்சுவட்டில்– ஏ. கே. செட்டியார் -காலச்சுவடு
- எனது நடைவழிப் பயணக்குறிப்புகள் -வெ.சாமிநாத சர்மா

- நன்றி, உயிர்மை, டிசம்பர், 2021

சினிமா எனும் ஆவணம்
(80 ஆண்டு திரைப்படத்தை முன்வைத்து)

சினிமா என்பது ஓர் ஆவணம். மற்ற எந்த ஆவணங்களையும்விட மிகவும் வலிமையானது. மேலும் திரைப்படம் என்பது கலைகளின் கூட்டு. எப்படி ஒரு புகைப்படத்தில் ஒரு கணம் உறைந்து நின்று விடுகிறதோ, அதுபோலவே திரைப்படங்களில் இடம் பெற்ற காலம் எப்போதும் நிகழ்காலமாகவே திகழ்ந்து கொண்டிருக்கிறது. தற்காலத்திலிருக்கும் ஒருவர் அதனுள் நுழையமுடியாது என்பதால் நிகர் நிகழ் காலம் எனலாம். வெகுமக்கள் எளிதாக அணுகக் கூடிய சினிமா அளவுக்கு எளிமையாகவும், நேரடியாகவும் தாக்கம் செலுத்தவல்ல வேறோர் ஊடகம் இல்லையென்றே சொல்லலாம். எடுத்துக்காட்டாக, 80 ஆண்டுகளுக்கு முன்பு 1942இல் வெளியான 'என் மனைவி' என்ற திரைப்படத்தை முன்வைத்து ரசனை மற்றும் வரலாற்றுப் பார்வையுடன் அணுகுகிறது இக் கட்டுரை.

'என் மனைவி'

1942-இல் வெளியான 'என் மனைவி' என்ற படம் இன்று நம்மிடையே இருக்கும் மிகச் சிறந்த ஆவணம். வருங்காலத்திற்குப் பயன்பட வேண்டும் என்ற திட்டமிடல் எதுவும் இல்லாமல் எடுத்திருக்கலாம். ஆனால், அவ்வாறே எடுக்கப்பட்டதோ என்று எண்ணுகிற அளவுக்கு அந்தப் படம் நிறைய சமகால அம்சங்களை உள்ளடக்கியதாக இருக்கிறது.

ஏற்கனவே, வாட்ஸ் அப் மூலம் பரவலான கவனத்தைப் பெற்றிருந்தது 'என் மனைவி' படத்தில் இடம் பெற்ற ஒரு காட்சி. கோடம்பாக்கத்தைக் கிராமம் என்று காட்சி வாயிலாகவே நேரடியாக சித்தரித்த கட்டம்தான் அது. ஆனால், அதுமட்டுமல்ல. இன்னும்

காந்தி காலத் திரைப்படங்கள் ❖ **77**

K.சாரங்கபாணி, K.மகாதேவன்

K.P.கேசவன்-இரு சகோதரர்கள் படத்தில்

ஏராளமான தரவுகளை உள்ளடக்கியதால் 'என் மனைவி' படம் இன்றைய நாளில் ஒரு சிறப்பான இடத்தைப் பெறுகிறது. தமிழில் 1942 வரை எடுக்கப்பட்ட படங்கள் தோராயமாக 300. அவைகளுள் சமகால சமூகச் சித்தரிப்புக் கதைகள் கொண்ட படங்கள் மிகவும் குறைவு. அவைகளிலும் இன்று எஞ்சியுள்ள முழு நீளப்படங்கள் 3 தான். மேலும் சில படங்கள் ஆவணக் காப்பகங்கள் போன்ற இடங்களிலிருந்து வருங்காலத்தில் வெளியாகும் என்ற நம்பிக்கை உள்ளது. வர வேண்டும்.

'என் மனைவி' வெளியான 1942ஆம் ஆண்டுக்கு முன்பு வரையிலான சமகால சித்தரிப்பு கொண்ட சமூகப் படங்களாக இன்று நம்மிடையே கிடைப்பவை தியாக பூமி(1939), சபாபதி (1941) ஆகிய 2 படங்கள்தான். 1942-க்குப் பிறகு 1950 வரை எஞ்சியுள்ள படங்கள் 1.உத்தமி (1943), 2.திவான் பகதூர் (1943), 3.நாம் இருவர் (1948), 4.வாழ்க்கை (1949), 5.நல்ல தம்பி (1949), 6.வேலைக்காரி (1949), 7.திகம்பர சாமியார் (1950) ஆகிய படங்கள் என்று சொல்லலாம். இவைகளில் 'உத்தமி' படத்தில் 1930களில் நடித்த நிறைய நடிகர்கள் பட்டாளத்தைக் காண இயலும் வாய்ப்புள்ளது. 'என் மனைவி' படம் மூலம் அன்றைய சென்னை நகரின் வளர்ச்சி நிலை, அறிவியல் வளர்ச்சி, தமிழ்ப் பண்பாடு, ஆடைக் கலாசாரம், மக்களின் படிநிலை, போக்குவரத்து போன்ற நிறைய அம்சங்களைக் காணலாம்.

பின்னணி

'என் மனைவி' 1942-ஆம் ஆண்டில் 2ஆம் உலகப்போரின் தாக்கம் இந்தியாவின் அண்டை நாடுகளில் தீவிரமடைந்திருந்த நிலையில் வெளியானது. இந்தியாவிலும் போரின் பதற்றம் நிலவியது. இந்த போர்ச்சூழலில் வெளியான படம் என்று சிறப்பிக்கப்பட்டு 'சபாபதி' படத்தைப் பற்றிக் குறிப்பிட்டு முன்னமே நிறைய எழுதப்பட்டுள்ளது. சபாபதியிலும் நிறைய சமகாலப் பதிவுகளைக் காணமுடிகிறது.

அதேபோல் 'தியாக பூமி' படத்திலும் காணமுடிகிறது. இவையிரண்டு படங்களையும் பற்றி நிறைய எழுதப்பட்டிருப்பதாலும், இவ்விரண்டையும் விட 'என் மனைவி' படத்தில் சமகாலக் கூறுகள் கூடுதலாக உள்ளன என்ற எண்ணத்தினாலும், இங்கே 'என் மனைவி' படம் எடுத்தாளப்படுகிறது.

மேலும், சபாபதி படம் நாடகத் தன்மை கொண்டது. இயல்பான மனிதர்கள், சம்பவங்கள் என்ற வகையில் ஒப்பீட்டோமானால், 'என் மனைவி' இயல்பான படம். மிகவும் இயற்கையான மனிதர்கள், கதையோட்டம் ஆகியவற்றோடு உயர்தரமான நகைச்சுவைப் படம். இன்றும் விலகலில்லாமல் ரசிக்கமுடியும். கே.சாரங்கபாணி அந்தக் கால நகைச்சுவை நடிகர்களில் இயல்பான நடிப்பில் மிகச் சிறந்தவர். அவருடைய நடிப்பு அவருக்கு எடுபடும் வகையில் அமைந்திருந்தது. எல்லோருக்கும் இவ்வாறு அமைவதில்லை. பொருத்தமாக நடித்தாலும் தோற்றத்திற்குப் பொருந்தி வராதவர்களும் உண்டு. மேலும், கே.ஆர். செல்லமும் இந்தப் படத்தில் மனதைக் கொள்ளை கொள்ளும் விதத்தில் மிக இயல்பாக நடித்திருக்கிறார். எப்போதும் நாரதராகவே நடித்துக் கொண்டிருந்த நாகர்கோயில் மகாதேவனின் இயல்பான தோற்றத்தை 'என் மனைவி' படத்தில்தான் காணமுடிகிறது. இவர் ஓர் புனைவு எழுத்தாளரும் கூட.

சபாபதி 1941ஆம் ஆண்டின் இறுதியில் வெளியான படம். அடுத்த மாதமே 'என் மனைவி' படத்தின் படக்காட்சிகளுடன் கூடிய வெளியீட்டு விளம்பரங்களைக் காணமுடிகிறது. எனினும், சென்னையில் நவம்பரில்தான் வெளியானதற்குப் போர்ச்சூழலே காரணம் என்று புரிந்து கொள்ள முடிகிறது. இவ் விரண்டு படங்களையும் தயாரித்த போது ப்ரகதி பிக்சர்ஸ் நிறுவனம் மற்றும் ப்ரகதி ஸ்டுடியோஸ் (தற்போதைய ஏவிஎம் நிறுவனம்) சென்னையில்தான் இயங்கி இருக்கிறது. போரினால் பின்னர் சில காலம் காரைக்குடியில் இயங்கிய நிறுவனம் இது. 'என் மனைவி' படம் வெளியாகி நல்ல வெற்றிப் படமாக நீண்ட நாட்கள் ஓடியது.

சுந்தர ராவ் நட்கர்னி என்பவரால் இயக்கப்பட்டது 'என் மனைவி' படம். மராத்தி மொழியிலுள்ள ஒரு படைப்பைத் தழுவித் தமிழில் எடுக்கப்பட்டது.

தேவதாசி மரபு

'தேவடியாள்' என்ற சொல் இன்றைய சினிமாவில் அவ்வளவு எளிதாக ஒலித்துவிட முடியாது. ஆனால், அன்றைய சினிமாக்களில் இச்சொல் மிக எளிதாக, நடைமுறை வழக்காகப் பயன்படுத்தப்படுவதைக் காண முடிகிறது. இன்றிருக்கும் உக்கிரத்துடன் ஒரு இழிசொல்லாகவோ, வசையாகவோ கருதப்படாமல் பொதுவில் விளங்கிய ஒரு வழக்குச் சொல்லாகவே இருந்திருக்கிறது. காரணம், அன்றுவரை

தேவதாசி ஒழிப்பு சட்டப்பூர்மாக நிறைவேற்றப்படாத நிலையில், தேவதாசி வாழ்வு முறை நடைமுறையில் இருந்து வந்தது.

சுந்தர்ராவ் நட்கர்னி

செல்வந்தரான தனபால் செட்டியார் தாசிமரபில் வந்த ஒருத்தியை மணமுடிக்க விரும்புகிறார். புரட்சிகரமான மாற்றம் தான். ஆனால், எவ்வாறான சூழலில்? தனபால் செட்டியார் ஏற்கனவே திருமணமாகி 3 மனைவிகளை இழந்தவர். ஜோதிடனின் ஆலோசனைப்படி, தாலி கட்டிக் கொள்ளாமல் ஒரு பெண்ணுடன் அவர் சேர்ந்து வாழ்ந்தால் வாழ்க்கைத் துணையை இழக்க மாட்டார் என்கிற சூழ்நிலையில்தான். அதுவும், குல மரபு வாழ்வை வெறுத்து மற்றவர்களைப் போலான ஒரு வாழ்வை விரும்புபவளாகவும், ஒழுக்கமுடையவளாகவும் இருக்கும் ஒரு பெண்ணைத் தான் தனபால் செட்டியார் தேர்ந்தெடுக்கிறார்.

இதுதான் அன்றைய யதார்த்த நிலையாகவும் இருந்தது. பிரபலமாகவிருந்த தேவதாசி மரபுப் பெண்களைப் பிரபலமானவர்கள் மணந்துகொண்ட எடுத்துக் காட்டுகள் நிறைய உண்டு. ஆனால், அவையெல்லாமே ஆண்களுக்கு மறுமணம் என்ற நிலைதான்.

'கஞ்சாக் குடிச்சாப்போல ஆகிடுச்சி' என்று ஒரு வசனம் வரும். அன்றுவரை கஞ்சா சட்டபூர்வமாகத் தடை செய்யப்பட்டதல்ல. வீடுகள் உள்ளிட்ட பொதுவிடங்களிலும் சிகரெட் புகைக்கும் காட்சிகள் இன்று சினிமாவில் காணமுடியாதது. ஒரு கோடைக் காலத்தில் நடக்கும் கதையிது. குழாய்கள் மூலம் தண்ணீர் சென்னையில் வினியோகிக்கப் பட்டதை இலக்கியம் போன்ற பதிவுகளில் காண்பதைவிட எளிதாகத் திரைப்படங்களில் எவரும் கண்டுவிட முடிகிறது.

படப்பிடிப்பின் நிலை

ஒரே நடிகர் ஒன்றுக்கும் மேற்பட்ட கதை பாத்திரங்களில் நடிக்கும் நாடகத்தின் தொடர்ச்சி சினிமாவிலும் இருந்து வந்தது.விமர்சகர்கள் சுட்டிக் காட்டினாலும், தொடர்ந்து கொண்டுதானிருந்தது. 'என் மனைவி' படத்தில் கே.வி.சொர்ணப்பா படம் முழுக்க வெவ்வேறு சிறு கதாபாத்திரங்களில் வந்துகொண்டேயிருப்பார். என்.எஸ்.கண்ணனும் அப்படியேதான்.

பாடல்கள்

இப்படத்திற்கான பாடல்களை டி.கே.சுந்தர வாத்தியார் எழுதியிருக்கிறார். பாடல்கள் அன்றைய பட்டணம் & சிற்றூர் வாழ்க்கை

K.R.செல்லம் & K.சாரங்கபாணி

முறையை ஒப்பிட்டு எழுதப்பட்டதால் அவை முக்கிய ஆவணங்களாகின்றன.அறிவியல் பார்வையோடு பாடல்கள் எழுதுவதில் டி. கே. சுந்தர வாத்தியார் புகழ் பெற்றவர்.

சென்னையில் மக்கள் கூடும் பொது இடங்களில் (people's park) மாலை வேளைகளில் வானொலி நிகழ்ச்சிகள் பெரிய ஒலிபெருக்கிகள் மூலம் ஒலிபரப்பப்படும் ஒரு செய்தியைp படம் சுட்டுகிறது. மீனம்பாக்கம் விமான நிலையம் பற்றிp பாடுகிறது. அப்போதைய கலங்கரை விளக்கம் சென்னை உயர்நீதிமன்றத்தில் இருந்ததைக் காணலாம். சமையல்காரர் ஒருவர் சங்கடமான சமையலை விட்டு ரேடியோவில் சங்கீதம் பாட போக விரும்பும் பாடல் உள்ளது. 1938இல் சென்னையில் 'ஆல் இந்தியா ரேடியோ' துவக்கப்பட்டது. சினிமாவுக்கும் வானொலிக்கும் இருந்த நெருங்கிய உறவையும் பாடல் குறிப்பிடுகிறது.

1936-இலேயே 'இரு சகோதரர்கள்' பட நாயகன் ரேடியோவில் பாடும் வாய்ப்பு கிடைத்து வளர்ச்சியடைவார்.அப்போது சென்னையில் சிறிய அளவில் தனியாரிடம் வானொலி மையம் இருந்திருக்கிறது. இன்றைய தொலைக்காட்சிக்கு நிகரான ஒரு இடத்தை அன்று வானொலி பிடித்திருந்தது என்று சொல்லலாம். சினிமாவுக்கும் வானொலிக்கும் இருந்த உறவுக்கும் இந்த ஒப்புமை பொருந்தும்.

படத்தின் துவக்கத்திலேயே சென்னையைச் சுற்றி ஊர்வலம் காட்டும் காட்சி இடம் பெறுகிறது. பின், தேவதாசி மரபில் வந்த ரேவதி பணக்கார செட்டியாரின் முன் சதிர் ஆடுகிறாள். நவீனமான கிராமபோன் மூலம் பாடல் ஒலிக்கிறது. நல்ல வசதியான வாழ்க்கை வாழ்கிறாள். தேவதாசி மரபுக்கு எதிரான விழிப்புணர்வு பிரசாரம்,

M.K.மீனலோசனி & K.சாரங்கபாணி

போராட்டங்கள் ஆகியவை நடந்துகொண்டிருப்பதைப் பற்றிய ஒரு உரையாடல் படத்தில் இடம் பெற்றுள்ளது. மேலும், விளக்கிக் கொண்டிராமல் பார்வையாளர்களுக்கு வழி விட்டு நிறுத்திக் கொள்கிறேன். நேற்றைய திரைப்படங்கள் மட்டுமல்ல இன்றைய திரைப்படங்களும் வருங்காலங்களில் ஆவணம் என்பதை உணர்ந்து கொள்வோம்.

- நன்றி : உயிர்மை, பிப்ரவரி, 2022

களிப்பருளும் ஆசான் காளி N. ரத்னம்

1936-வரை தமிழில் சில பேசும்படங்களே வெளியாகியிருந்தன. 1936-இன் துவக்கத்திலேயே வெளிவந்த 'பதிபக்தி' என்ற படத்தில் அறிமுகமான காளி.N. ரத்னம் 1950-வரை திரையுலகில் கோலோச்சி, கிட்டத்தட்ட 65க்கும் மேற்பட்ட படங்கள் வரை நடித்திருக்கிறார். தமக்கென ஒரு தனி பாணியை உருவாக்கிக் கொண்டு புகழ் பெற்றவர். எம்.கே.தியாக ராஜ பாகவதர் மற்றும் பி.யு.சின்னப்பா போன்ற பாகவதர்களின் காலத்தை தமிழ்ப் பேசும்படங்களின் முதல் தலைமுறைக்காலம் எனலாம். எம்.ஜி.ஆர், சிவாஜி இரண்டாவது தலைமுறை என்று அடுத்தடுத்த தலைமுறைகளாகப் பார்ப்பது மக்களின் வழக்கம். அந்த வகையில் முதல் தலைமுறையில் மிகவும் புகழ்பெற்ற முன்னணி நகைச்சுவை நடிகர்கள் என். எஸ்.கிருஷ்ணனும், காளி ரத்னமும் ஆவர்.

மதுரை ஒரிஜினல் பாய்ஸ் கம்பெனி

மக்கள் திலகம் எம்.ஜி.ஆர். சிறுவயதில் பயிற்சி பெற்ற, புகழ்வாய்ந்த மதுரை ஒரிஜினல் பாய்ஸ் கம்பெனி என்கிற நாடக நிறுவனத்திலிருந்து திரை நட்சத்திரங்களான பி.யு.சின்னப்பா, எம்.ஜி.ஆர், எம்.ஜி.சக்ரபாணி, போன்ற பலகலைஞர்களுக்கெல்லாம் பயிற்சியளித்த முதல் ஆசான் காளி ரத்தினம். பாய்ஸ் கம்பெனியில் ஸ்டேஜ் மேனேஜராக, முதலாளிக்கு அடுத்த நிலையில் இருந்தவர். 13 வயது முதல் 39 வயதுவரை தொடர்ந்து பணிபுரிந்தவர். அது மட்டுமில்லாமல், இவர்களுக்கு நாடகங்களிலும், திரைப்படங்களின் துவக்க காலங்களிலும் தன்னுடைய செல்வாக்கின் மூலம் நல்ல கதாபாத்திரங்களில் நடிக்க

வாய்ப்புகளையும் ஏற்படுத்திக் கொடுத்தவர் காளி.என்.ரத்தினம். எம்ஜிஆர் எழுதிய "நான் ஏன் பிறந்தேன்" என்ற தன்வரலாற்று நூலில் தனது ஆசான் காளி ரத்னம் பற்றி நிறைய பதிவு செய்திருக்கிறார். பிற்காலத்தில், பாலுமகேந்திரா படங்களில் நடித்த கே.ஏ.சொக்கலிங்க பாகவதர் பழம்பெரும் நடிகர். பாய்ஸ் கம்பெனி நாடக காலத்திலிருந்தே நடித்து, அந்தக் கால திரைப்படங்களிலும் நடித்தவர். இவரை கலைத்துறைக்கு அறிமுகப்படுத்தியவர் காளி ரத்னம்.

சச்சிதானந்தம் பிள்ளைக்கு வலது பக்கத்தில் காளி ரத்னம்

மதுரை ஒரிஜினல் பாய்ஸ் கம்பெனியின் முதலாளி சச்சிதானந்தம் பிள்ளை 16.8.1938-இல் காலமானார். அவரின் மறைவுக்குப் பிறகு அவருடைய மருமகன் அமிர்தலிங்கம் பிள்ளை பொறுப்பேற்றிருந்தார். அப்போது திரைப்படங்களில் மும்முரமாக இயங்கிய காலத்திலும் காளி ரத்னம் பணம் எதுவும் வாங்காமல் நாடகங்கள் நடித்துக் கொடுத்திருகிறார்.

திரையுலகம்

துவக்கத்தில் பி.யு.சின்னப்பா, கே.பி.கேசவன் போன்றவர்களை விடவும் அவருக்கான முக்கியத்துவமும், மரியாதையும் இருந்தபோதிலும், வயதைப் பொறுத்தே கதாபாத்திரங்கள் அமையும் என்பதைப் புரிந்து கொள்ளலாம். கிட்டத்தட்ட 40 வயதை நெருங்கும்போதுதான் ரத்னம் நடித்த முதல் படம் வெளியானது. திரையுலகில் நகைச்சுவை நடிகராகவே நன்கு அறியப்பட்டாலும், நகைச்சுவை கலந்த முதன்மையான கதாபாத்திரங்களையும் ஏற்று கதாநாயகனுக்கு இணையாகவும், நண்பனாகவும் நடித்த படங்களும்

பதி பக்தியில் ஒரு காக்ஷி

உண்டு. பதிபக்தி, சந்திரகாந்தா, சபாபதி போன்ற புகழ்பெற்ற சில படங்களின் டைட்டில் கார்டு, பத்திரிகை விளம்பரங்கள், போஸ்டர்கள், பாடல் வெளியீட்டு விளம்பரங்கள் ஆகியவற்றில் காளி ரத்தினம் பெயரே முதல் பெயராக இடம் பெற்றிருக்கிறது. 1936இல் வெளியான சந்திரகாந்தாவின் முதன்மை நடிகர் காளி ரத்னம்தான் என்பதை, படத்தைப் பார்த்தவர்களில் ஒருவரான எழுத்தாளர் விட்டல்ராவ் அண்மையில் தொலைபேசியபோது குறிப்பிட்டார். கதாநாயகியை முதன்மையான கதாபாத்திரமாக அமைத்து எடுக்கப் பட்ட மானசம்ரக்ஷணம் படத்தில், நாயகிக்கு அடுத்த முதன்மையான நகைச்சுவை கலந்த கதாபாத்திரத்தில் *(Male Lead)* நடித்திருக்கிறார். இன்றும் கிடைக்கும் சபாபதி, 1000 தலைவாங்கிய அபூர்வ சிந்தாமணி போன்றவை எடுத்துக்காட்டுகள். மேலும் சபாபதி போன்ற முழுநீள நகைச்சுவைப் படங்களில் முதன்மையான நடிகர்கள் அனைவருமே நகைச்சுவை நடிகர்கள்தான்.

பட நிறுவனங்கள்

மாடர்ன் தியேட்டர்ஸ் , ஏ.வி.எம். ஜூபிடர் பிக்சர்ஸ் போன்ற அந்தக்கால முன்னணி பட நிறுவனங்கள் கிட்டத்தட்ட அனைத்திலுமே நடித்தவர். குறிப்பாக, ஆஸ்தான நடிகர் என்று சொல்லும் அளவுக்கு மாடர்ன் தியேட்டர்ஸ் தயாரிப்பில் காளி ரத்னத்தின் வாழ்நாளில் வெளிவந்த கிட்டத்தட்ட அனைத்துப் படங்களிலுமே நடித்தவர். மாடர்ன் தியேட்டர்ஸ் அதிபர் டி.ஆர்.சுந்தரம் அவர்களுக்குப் பிடித்த நடிகர் காளி ரத்னம் என்றும் ரத்னத்தின் ஆலோசனைகளை டி.ஆர்.சுந்தரம் கேட்டுக்கொள்வார் என்றும் பதிவாகியுள்ளது. அதேபோல் இந்தியர்கள் முதல் வெளி நாட்டவர்கள் வரை என அந்தக்கால முதன்மையான இயக்குநர்கள் அனைவரின் படங்களிலும் நடித்தார்.

காளியாக - ரத்னம்

நாட்டார் கலைப் பாட்டனார்

நாட்டார் கலைகளைs சிறப்பிக்கும் வகையான பாத்திரங்களில் நிறையவும் நிறைவாகவும் நடித்திருப்பதை இவருடைய ஒரு சிறப்பாகக் குறிப்பிடலாம். கிராமியக் கலைகளில் நடிப்பதைth தன்னுடைய பாணியாகக் கொண்டவர். அதில் வல்லவர். கலை நாயகர் காளி என் ரத்தினம் பற்றி கலைவாணர் சொன்னது... 'அவரது பாணி கிராமிய நகைச்சுவை பாணி. அதிலே அவர் மாஸ்டர். நாம் அங்கே போகக் கூடாது. நாம் பகுத்தறிவு, தீண்டாமை, வரதட்சணைக் கொடுமை, விதவைத் திருமணம், ஆண்டான்-அடிமை, இன்றைய விஞ்ஞானம்... இப்படி சமூகச் சீர்திருத்தப் பாதையிலே போயிடுவோம். அண்ணன் பெரியவர், கிராமியக் கலையில் அவர் மன்னர். அவர் பாதையில் அவர் போகட்டும். நம்ம பாதையில் நாம் போவோம்.'

1943-இல் எழுதப்பட்ட 'சினிமா..?' என்னும் நூலில் "காளி ரத்னம் இம்மாதியான இனமான நடிப்புகளில் சிறந்து விளங்குகிறார். ரம்பையின் காதலில் அவருடைய உடுக்கைக்காரன் நடிப்பும், "போலி பாஞ்சாலி"யில் தெருக்கூத்துக்காரன் ராஜபார்ட் நடிப்பும் அற்புதமான நடிப்புகள்" என்கிறார் எழுத்தாளரும், திரைப்பட இயக்குனருமான பி.எஸ்.ராமய்யா.

பன்முகக் கலைஞர்

இவருடைய இன்னொரு சிறப்பு என்று சொல்லத்தகுந்தது என்னவெனில், படத்தின் கதைப்படி ஒருவர் பல்வேறு வேடங்களில்

மாறிமாறி நடிக்க வேண்டிய ஒரு கதாபாத்திரமெனில், அவற்றை காளி ரத்னம் செய்துள்ளார் என்பதுதான். ரத்னம் நடித்த பெரும் பாலான படங்களில் அவருடைய கதாபாத்திரங்கள் ஒன்றுக்கும் மேற்பட்டதாகவே இருப்பதைக் காணமுடிகிறது. முதல் படமான பதிபக்தியில் 2 வது கதாநாயகன் என்று சொல்லுமளவுக்கு அவருக்கு முக்கியத்துவம் அமைந்த கதாபாத்திரம். துப்பறியும் சந்தானம் என்ற கதாபாத்திரத்தில் மாறுவேடங்களிட்டு சாகசங்கள் செய்து, சண்டையிட்டு நண்பனைக் காப்பாற்றுகிறார். (இந்தப் படத்தில் கதாநாயகன் சண்டையிடவில்லை) அதே படத்துடன் இணைக்கப்பட்ட ஒரு துண்டுப்படம் ‘கங்காணி’. அதில் கதை இலங்கையில் நடக்கும் போது அங்கே தோட்டத் தொழிலாளர்களாக ஒரு கணவனும் (காளி ரத்னம்), மனைவியும் (பி.ஆர்.மங்களம்), கங்காணியும்

(கே.பி.காமாட்சிசுந்தரம்) நடிக்கும் கதையில் நகைச்சுவை நடிகராக ‘காத்தான்’ என்னும் கதாபாத்திரத்திலும் காளி ரத்தினம் நடித்துள்ளார்.

கங்காணி(பதிபக்தி) படத்தில்
பி.ஆர்.மங்களம்,காளி ரெத்தினம்

ரத்னம் - ராஜகாந்தம்

மதுரை ஒரிஜினல் பாய்ஸ் கம்பெனி

சச்சிதானந்தம் பிள்ளைக்கு வலது பக்கத்தில் காளி ரத்னம்

ரத்னம் அவர்களின் திரைப்பயணத்திற்கு முன்னோட்டமாக முதல் படமே அமைந்துவிட்டது. (இந்தப் போக்கு அன்று முதல் இன்றுவரை நீடித்து நிலைப்பது குறிப்பிடத்தகுந்தது). முதல் படத்தின் வழியிலேயே அவர் ஒரு பக்கம் நகைச்சுவை நடிகராகவும், இன்னொரு பக்கம் கதாநாயகனுக்கு துணையாகவும், இணையாகவும், எதிரியாகவும் அமைந்த கதாபாத்திரங்களில் தன்னுடைய கடைசிப் படம் வரையில் நடித்தார். மானசம்ரக்ஷணம், தேவமனோஹரி போன்ற படங்கள் சிறந்த எடுத்துக்காட்டுகள்.

'திகம்பர சாமியார்' எனும் புகழ்பெற்ற படத்தில் எம்.என்.நம்பியார் திகம்பர சாமியாராக நடித்தார். படத்தின் தலைப்புக்கேற்றவாறே, திகம்பர சாமியார்தான் முதன்மையான கதாபாத்திரம் ஆகும். 11 வேடங்களில் தோன்றி, அவைகளுக்கேற்றவாறு பலவிதமாக நடித்த துப்பறியும் கதாபாத்திரம். அதற்கு முன்புவரை 10 ஆண்டுகளுக்கும் மேலாக சிறு சிறு கதாபாத்திரங்களிலும், நகைச்சுவை நடிகராகவுமே நம்பியார் நடித்துக்கொண்டிருந்தார். இந்தப் படத்தில் நடித்ததன் மூலம் எம்.என்.நம்பியார் பெரிய அளவில் வளர்ச்சியடைந்தார். ஆனால், திகம்பர சாமியார் பாத்திரத்திற்கு மிகப்பொருத்தமானவர் என்ற நிரூபணமான உண்மையால், மாடர்ன் தியேட்டர்ஸ் உரிமையாளரான டி.ஆர்.சுந்தரம் அவர்களால் முதலில் தேர்வு செய்யப்பட்டு சில ஆயிரம் அடிகள் நீளம் வரை நடித்தவர் காளி என் ரத்தினமே ஆவார். ஆனால் துயரம் என்னவெனில் 1950-இல் வெளிவந்த இப்படத்தில், நடித்துக்கொண்டிருந்த காளி ரத்தினம் வாழ்வின் இறுதிக் கட்டத்தை அடைந்து விட்டதால் அவருக்கு மாற்றாக எம். என்.நம்பியார் இடம்பெற்று மீண்டும் படப்பிடிப்பு செய்யப்பட்டது.

1939இல் துவங்கிய 2ஆம் உலகப்போர் 1945 வரை நீடித்தது.அதன் தாக்கமாக சினிமாவும் பாதிக்கப்பட்டது. ஆண்டுக்கு சராசரியாக 35 படங்கள் என்ற நிலை 30களின் இறுதிப்பகுதிகளில் வீழ்ச்சியடையத் துவங்கியுள்ளது. இந்த சிக்கலான காலத்தில்தான் காளி ரத்தினம்

போலி பாஞ்சாலி படத்தில்   சந்திரகாந்தா படத்தில்

65 படங்கள் வரை நடித்திருக்கிறார் என்பது குறிப்பிடத்தகுந்தது. (என்.எஸ்.கிருஷ்ணன் சில ஆண்டுகள் சிறையிலிருந்ததையும் காரணமாக சேர்த்துக் கொள்ள முடியும்).போரைக் கதைப் பின்னணியாகக் கொண்டு பிரிட்டிஷ் ஆதரவு நிலையை தெரிவிக்க வேண்டிய கட்டாயத்தில் எடுக்கப்பட்ட படங்கள் 4. அவைகளில் குறிப்பிடத் தகுந்த இரண்டு படங்களில் ரத்னம் நடித்தார்.

பாட்டு ரத்தினம்

1930களின் இறுதியில்தான் பின்னணி பாடகர்கள் பாடல்களைப் பாடும் தொழில்நுட்பம் வந்தது. அதற்கு முன்பு நடிகர்கள் சொந்தக் குரலிலேயேதான் பாடுவார்கள். பாடல்களுக்கே அதிக முக்கியத்துவம் கொடுக்கப்பட்ட காலத்தில் பாடக்கூடியவர்களே முக்கியத்துவம் வாய்ந்த பாத்திரங்களில் நடித்து, நல்ல முன்னேற்றமும் அடைய முடிந்தது. காளி ரத்னம் அறிமுகமான 1936 ஆம் ஆண்டிலேயே சினிமாவில் நுழைந்த எம்.ஜி.ஆர். முதலிலேயே வளர்ச்சியை எட்ட முடியாமல் போனது இதனால்தான். நாட்டுப்புறப் பாடல்களைப் போன்றும், கிட்டத்தட்ட பேச்சு நடையிலுமே அமைந்த காமிக் பாடல்களே காளி ரத்னம் நிறைய பாடியிருந்தாலும், நல்ல ராகமான, சுவையான சில பாடல்களையும் பாடியிருக்கிறார். ரத்னம் தனியாகவும், அவருடைய குழுவினருடனும் பாடிய பாடல்களின் கிராமபோன் இசைத்தட்டுகள் பிரபல்மாக விற்பனையானது.

வாழ்க்கை குறிப்புகள்

காளி ரத்னத்தின் இயற்பெயர் மற்றும் சரியான பெயர் ரெத்தினம் என்பதே ஆகும். காளி.என்.ரெத்தினம் கும்பகோணத்துக்கு அருகில் இருக்கும் மலையப்ப நல்லூர் கிராமத்தில் பிறந்தார். பெற்றோர்

நாராயணசாமிப் படையாச்சி, தங்கத்தம்மாள். 1897 ஆம் ஆண்டு புரட்டாசி மாதம் 17 ஆம் தேதி திங்கட்கிழமையன்று (1.10.1897) பிறந்தார். 1911இல் 13வயது வாக்கில் தாப்பா.வெங்கடாசல பாகவதரின் பாலர் நாடக சபையில் சேர்ந்தார். நிறுவனத்தின் பெயர் தஞ்சை பார்ஸி பாலமோஹன அபிநய சித்தி விலாஸ சபா. 1910-இலிருந்து சிறுவர்களைக் கொண்டே நாடக நிறுவனங்களை நடத்தும் வழக்கத்தை தோற்றுவித்தது தாப்பா வெங்கடாசல பாகவதர்தான். அதிலிருந்துதான் பாய்ஸ் கம்பெனி என்ற சொல்வழக்கு ஏற்பட்டது. எம்.ஜி.ஆர் 7 வயதில் இங்கே சேரும்போது (1924 வாக்கில்) பாய்ஸ் கம்பெனி இரண்டாகப் பிரிந்திருந்தது. சச்சிதானந்தம் பிள்ளையின் கம்பெனிதான் 'மதுரை ஒரிஜினல் பாய்ஸ் கம்பெனி' என்றானது.

திரையுலகில் நுழையும் முன்னே கோவலன் நாடகத்தில் ரத்னம் காளி வேடமிட்டு நடித்தார். நாடகம் பார்க்க வந்த பலர் அவருடைய தோற்றத்தையும், சீற்றத்தையும் கண்டு உணர்ச்சி வசப்பட்டனராம். அந்த அளவிற்குத் தமது நடிப்பில் தனிச்சிறப்பினைப் பெற்று பொது மக்களால் 'காளி' ரத்னம் என்று பாராட்டப்பட்டார். இப்படித்தான் ரத்தினத்தின் முன் காளி வந்தாள்.

காளி ரத்னத்தின் முதல் மனைவி குஞ்சம்மாள் 2 பெண்களைப் பெற்றெடுத்த பின்னர் இளம் வயதிலேயே (1935வாக்கில்) மறைந்துவிட்டார். அதன்பிறகு, திரைப்படங்களில் நடிக்கும்போது அறிமுகமான சி.டி. ராஜகாந்தமும் ரத்னமும் இணைந்து வாழ்ந்தனர் (இதுபற்றி எம்ஜிஆர் நான் ஏன் பிறந்தேன் நூலில் எழுதி யிருக்கிறார்). என்.எஸ்.கிருஷ்ணன்-டி.ஏ.மதுரம் இணையைப் போலவே ரத்னம்-ராஜகாந்தம் இணை புகழ்பெற்றது. கோயம்புத்தூர் திரவியம் ஆசாரியின் மகளான C.T. ராஜகாந்தம் கணவரை இழந்தவர். ராஜகாந்தத்துக்கும் அவருடைய கணவருக்கும் பிறந்த பெண்மணியான ராஜலட்சுமியை 1949இல் பாடகர் திருச்சி லோகநாதன் மணந்தார்.

ரத்னத்தோடு ஒட்டிக்கொண்ட ராஜகாந்தம்

பின்னர் 1946இல் வீட்டாரின் ஏற்பாட்டில் காளி ரத்னம் அவர்களுக்குப் பிச்சையம்மாள் என்பவருடன் மறுமணம் நடைபெற்றது. அவர்களுக்கு பிறந்தவர் சண்முகசுந்தரம். இவர், பொதுப்பணித் துறையில் மூத்த பொறியாளராகப் பணியாற்றி ஓய்வு பெற்றவர். காளி ரத்னம் மறைந்தபோது பொறியாளர் சண்முகசுந்தரம் 9 மாதக் குழந்தை என்பது குறிப்பிடத்தகுந்தது. காளி ரத்னத்தின் வாரிசுகளான புதல்வியரில் மூத்தவரும், புதல்வர் சண்முகசுந்தரமும் கும்பகோணத்தில் நலமுடன் வாழ்ந்து வருகின்றனர். சகோதரியின் மகளை சண்முகசுந்தரம் திருமணம் செய்துகொண்டார்.

07.08.1950இல் ரத்னம் மறைந்தார். 1936இல் திரையுலகில் காலடி யெடுத்து வைத்த காளி ரத்தினம் 1950 வரை சுமார் 15 ஆண்டுகள்

மட்டுமே பங்காற்றியிருக்கிறார். அவருக்குக் கொடுக்கப்பட்ட கதாபாத்திரங்கள் அவருடைய வயதுக்கும் குறைந்த இளையவர்கள் நடித்திருக்கப்பட வேண்டியது என்பதை நிறைய படங்களில் காணலாம். ஆனால், ரத்னத்திற்கு இருந்த திறமை, மரியாதை, செல்வாக்கு போன்றவைகளால் ரத்தினமே நடித்து, நல்ல வரவேற்பையும் பெற்றார். தமிழ்ப் படங்கள் வெளியான மலேசியா, சிங்கப்பூர் (F.M.S.-Federated Malaya States) போன்ற வெளிநாடுவாழ் தமிழர்களிடையே காளி ரத்னத்திற்கு அந்த நாட்களில் கூடுதலான சிறப்பும், வரவேற்பும் இருந்ததைக் காணமுடிகிறது.

இவரது கடைசிப் படம் 'ஏழை படும் பாடு'. மறைவிற்குப் பிறகும் இவர் நடித்த படங்கள் வெளியாகும் அளவிற்கு வாழ்வின் இறுதிவரை வாய்ப்புகளில் திளைத்தவர். குறுகிய காலத்தில் அதிகப் படங்கள் நடித்தவர். இந்த 15 ஆண்டுகளில் அவர் நடித்த முழு நீளப் படங்கள் 55, துண்டுப்படங்கள் 10 சேர்த்து 65க்குக் குறைவில்லாமல் சான்றுகளுடன் கிடைக்கிறது. இவைகளுள் 15 படங்களுக்குக் குறையாமல் இன்றும் காணக்கிடைக்கிறது. அவைகளில் இன்றும் நம்மை ஆடியும், பாடியும், சிரிக்க வைத்தும் ரத்னம் வாழ்ந்து கொண்டிருக்கிறார்.

நன்றி

- எழுத்தாளர் விட்டல் ராவ்
- வள்ளியப்பன் ராமநாதன் (முகநூல்)
- நாடகக் கலைமணிகள்–சட்டாம்பிள்ளை வெங்கட்ராமன்
- குண்டூசி–செப்டம்பர்–1950
- நான் ஏன் பிறந்தேன்–எம்.ஜி.ஆர்.
- எம்ஜிஆர் கதை–எஸ்.விஜயன்
- எம்ஜிஆர்– காலப்பேழை

- நன்றி: உயிர்மை, 2022

1930-களின் ஸ்டுடியோஸ்

"தமிழில் பேசும்படம் வந்து 100 ஆண்டுகள் ஆக இன்னும் சில ஆண்டுகளே உள்ளன. அதற்குள் தமிழ் சினிமா வரலாற்றைப் பாடுபட்டு எவ்வளவு இயலுமோ அவ்வளவு பதிவு செய்துவிடுவோம்" என்று நண்பர் அகிலா விஜயகுமார் பேசும்போது குறிப்பிட்டார். பேசும்படங்களின் முதல் இரு பத்தாண்டுகளே இதுவரையிலும் போதுமான வெளிச்சம் பெறாததாக உள்ளது. என்னுடைய ஆர்வமும் தேடலும் உள்ள பகுதியாக இன்றுவரையிலும் அந்த 20 ஆண்டுகளே இருக்கிறது. அதன் ஒரு பகுதியாக, திரை வரலாற்று ஆய்வாளர்களுக்குப் பயனுள்ள குறிப்பு களாக விளங்கும் வகையில் முதல் கட்டமாக 1934 முதல் 1939 வரை இயங்கிய பேசும்பட பிடிப்பகங்களைப் பற்றி, புதிய தகவல்களுடன் தேடித் தொகுத்து அளிக்கப்பட்டுள்ளது.

பட உற்பத்தி ஆலைகளின் முக்கியத்துவம்

திரை வரலாற்றில் ஸ்டுடியோக்களுக்கு கணிசமான பங்குள்ளது. திரைப்படங்களை முதலிலிருந்து முழுதாக முடியும்வரை உருவாக்கித் தரும் ஆலைகளாக விளங்கியவை ஸ்டுடியோக்கள். 1930,40களில் வெளியான திரைப்படங்களின் விளம்பரங்களிலேயே ஸ்டுடியோவின் பெயரும் கொடுக்கப்பட்டது. படப் பிடிப்பு அரங்கினைப் பொறுத்தே படத்தின் தன்மையைப் புரிந்துகொள்ள முடியும். அந்த அளவுக்கு ஸ்டுடியோக்களின் இடம் இருந்தது. ஒவ்வொரு ஸ்டுடியோவிலும் நூற்றுக்கணக்கான பேர் நிரந்தரத் தொழிலாளர்களாக இருந்தனர். முதல் 20 ஆண்டுகளில் எடுக்கப்பட்டவை பெரும்பாலும் அதற்கும் முந்தைய பழங்காலக் கதைகள். அதற்கேற்றவாறு அரங்க

T.R.சுந்தரம்

காஞ்சனாமாலா

அமைப்பு, ஆடைகள் போன்றவற்றை எல்லாம் ஒருங்கே கொண்டவையாக ஸ்டுடியோக்கள் விளங்கின. 1934க்கு முன்புவரை பேசும்படங்களை எடுக்க வட இந்தியா செல்ல வேண்டிய கட்டாய நிலையேயிருந்தது. அந்த நிலையைத் தவிர்த்து தன்னிறைவுடன் விளங்க அன்றைய சென்னை மாகாணத்தில் எந்தெந்த ஊர்களில், யார் யாரெல்லாம் முயன்று ஸ்டுடியோக்களை நிறுவினார்கள் என்று பார்ப்பது அன்றைய சமூக நிலையைக் காட்டுவதாகவும் உள்ளது.

முதல் 20 ஆண்டுகளில் வெளிநாட்டினரும், வடக்கு மற்றும் கிழக்கு இந்தியப் பகுதிகளைச் சார்ந்தவர்களும் நன்கு பயிற்சி பெற்றவர்களாக விளங்கி தென்னிந்திய ஸ்டுடியோக்களில் பணியாற்றினர். சென்னை மாகாணத்தவர் பலரும் அவர்களிடமிருந்து தொழில்நுட்பத்தைக் கற்றுத் தேர்ந்தனர். அவற்றுக்கு வாய்ப்பளித்தவை ஸ்டுடியோக்கள்.

வட இந்தியா சென்று படப்பிடிப்பு செய்யவேண்டிய நிலையையும், உள்ளூரில் தயாரிக்கப்படும் படங்கள் தரமற்றவைகளாக இருந்ததையும் மாற்றிக் காட்டினர். அதுமட்டுமல்லாமல் ஹிந்திப் படங்களையும் சென்னையிலேயே எடுக்குமளவு உயர்ந்தனர். மேலும், சிங்கள மொழிப் படங்களைத் துவக்கி வைத்த பெருமை சென்னை மாகாண ஸ்டுடியோக்களையே சாரும்.

பேசும்பட அரங்குகள்

ஜார்ஜ் டவுன் உள்ளிட்ட சுற்றுப்புறப் பகுதிகள் மட்டுமே அன்றைய சென்னையாக விளங்கியது. அவற்றைத் தாண்டிய பகுதிகள் தனித்த சிற்றூர்களாக தோட்டங்களாகவும், பங்களாக்கள் கொண்டதாகவும் இருந்தது. கோடம்பாக்கத்துக்கும் முன்பு சினிமா தொழிற்படும் மையமாக விளங்கியது கீழ்ப்பாக்கம் மற்றும் சுற்றியுள்ள பகுதிதான். மௌனப்படக் காலத்திலிருந்து நிறைய ஸ்டுடியோக்கள் அங்குதான் இருந்தன. அவற்றில், மின்னொளி வெளிச்சம் இல்லாமல் சூரிய ஒளியை நம்பியே படமெடுத்தனர். சூரிய ஒளி நன்றாக இருக்கும்போது நடித்துப் படம்

மூவி லேண்ட் - பின்னர் ஜெமினி

பிடிப்பது, ஒளிகுறைந்தவுடன் நிறுத்துவது என்று துவக்கத்தில் 1936வரை மிகவும் சிரமப்பட்டுப் படங்கள் உருவாக்கப்பட்டன என்பதுதான் தமிழ் சினிமாவின் துவக்க வரலாறு. துவக்க ஆண்டுகளில் அடையாறு, வேப்பேரி போன்ற பகுதிகளில் அமைந்த ஸ்டுடியோக்களுக்கு செல்ல போக்குவரத்து வசதிகள் இல்லாத நிலை. நடந்தே செல்வார்கள். அரிதாக கார், ஜட்கா போன்ற வாகனங்கள் பயன்படுத்துவர்.

பாகுபாடில்லாமல் அனைவரும் ஒரு குடும்பமாகப் பணிபுரிந்தனர். இன்ன வேலைதான் என்று வரையறுத்துக் கொண்டு நின்று விடாமல் இயன்றவரை எல்லா வேலைகளையும் செய்தனர். ஒரு படம் முடியும் வரை ஸ்டுடியோவிலேயே தங்கி படத்தை முடித்துக் கொடுக்கும் வழக்கம் இருந்தது. கால்ஷீட் விவரங்கள் ஸ்டுடியோவில் அறிவிப்புப் பலகையில் ஒட்டப்படும். அதைப் பார்த்து பின்பற்றிக் கொள்ள வேண்டும்.சில ஸ்டுடியோக்களில் போடப்பட்ட அரங்குகள்/ பொருட்கள் நீண்ட காலத்திற்குப் பயன்படுத்தப்பட்டன. எனவே, அவை பல படங்களில் காணப்பட்டன.

படச்சுருள்கள் எளிதில் தீ பற்றக்கூடியவை என்பதால் ஸ்டுடியோ எரிந்து போகும் அபாயத்திற்குட்பட்டது.தென்னிந்தியாவின் முதல் ஸ்டுடியோவான ஆர்.நடராஜ முதலியாரின் ஸ்டுடியோ துவங்கி தீ விபத்தில் எரிந்து நாசமான ஸ்டுடியோக்களின் கதை நீளமானது. பேசும்படங்களின் வருகைக்குப் பின்னர் வெளிப்புறக் காட்சிகள் மிகவும் குறைவாகவே எடுக்கப்பட்டன. படம் முழுவதும் அரங்கத்தின் உள்ளாகவே படப்பிடிப்பு செய்துவிடும் நிலையே இருந்தது.

ஸ்ரீநிவாஸா சினிடோன்

ஒலிவசதியும் கொண்ட அரங்கு என்பதைக் குறிக்கும் விதமாக நிறுவனத்தின் பெயர்களில் டோன் என்ற சொல்லை சேர்த்துக் கொள்வது பொதுவாகக் காணப்படுகிறது. 1.4.1934-இல் ஏ.நாராயணன் அவர்களால்

F.நாகூர்

V.L.நரசு

R.பிரகாஷ்

ராஜா சாண்டோ

பேசும்படமெடுக்கும் வசதிகொண்ட தென்னிந்தியாவின் முதல் ஸ்டுடியோ அமைக்கப்பட்டது. சவுண்ட் சிட்டி என்றும், தன்னுடைய மகன் பெயரால் ஸ்ரீனிவாஸா சினிடோன் என்றும் ஏ. நாராயணன் பெயரிட்டார். படப்பிடிப்பரங்கம் 107, பூந்தமல்லி நெடுஞ்சாலையில் இயங்கியது. முன்வாசல் பூந்தமல்லி நெடுஞ்சாலையிலும், பின்வாசல் ஃப்ளவர்ஸ் சாலையிலும் அமைந்திருந்தது. ஏ. நாராயணன் அவர்களின் மனைவி மீனாட்சி நாராயணன் இந்தியாவின் முதல் பெண் ஒலிப்பதிவாளராக இயங்கியது அந்த ஸ்டுடியோவில்தான்.அங்கு உருவாக்கப்பட்ட முதல் படம் 'ஸ்ரீநிவாசா கல்யாணம்' ஜுன் 30, 1934இல் வெளியிடப்பட்டது.

ஸ்ரீநிவாசா கல்யாணம்(1934) படக்காட்சி

ஏ.நாராயணன், ஆர்.பிரகாசா, ட்டி.சி.வடிவேலு நாயகர், ஆயிரம் முகம் ராம்குமார் ஆகியோர் படங்களை இயக்கியவர்கள். டி.வி. கிருஷ்ணையா -ஒளிப்பதிவாளர் சொந்த நிறுவனத்தின் படங்கள் மட்டுமல்லாமல் மற்ற படத் தயாரிப்பு நிறுவனங்களின் படங்களும் எடுக்கப்பட்டன. ஏ.நாராயணன் தயாரிப்பில் உருவான எந்தப் படமும் பெரிய அளவில் வெற்றி பெறவில்லை என்பது சோர்வளிக்கும் ஒரு தகவல்தான். ஒரு படமெடுக்க குறைந்த பட்சம் 1 மாதம் முதல் 2 மாதங்கள்

A BIRD'S EYE VIEW OF "ANDHRA CINETONE STUDIOS" VIZAGAPATAM.

K.சுப்ரமண்யம்

ஜித்தன் பானர்ஜி

K.ராம்நாத்

A.நாராயணன்

என்றிருந்த 1930-களில் 10 நாட்களில் ஒரு படம் எனுமளவுக்கு அவர் படங்களை மிகக்குறுகிய காலத்தில் எடுத்து முடித்ததும், ஸ்டுடியோவில் போதிய வசதியின்மையும் காரணங்களாக தெரிகிறது. தென்னிந்தியாவின் முதல் பிரிவியூ தியேட்டரும் அங்குதான் அமைக்கப் பட்டது.

ஜயவாணி சினிடோன்

1934 ஆம் ஆண்டிலேயே 'தசாவதாரம்' படம் எடுக்கப்பட்டு வெளியானது. தண்டையார்பேட்டையில் ஜயவாணி ஃபிலிம்ஸாரின் ஸ்டுடியோவான ஜயவாணி சினிடோனில் எடுக்கப்பட்டது. அதன் பிறகான விவரங்கள் இதுவரை கிடைக்கவில்லை.

வேல் பிக்சர்ஸ்

டன்மோர் ஹவுஸ் (எல்டாம்ஸ் சாலை), தேனாம்பேட்டை பித்தாபுரம் மகாராஜா அரண்மனையில் 21.06.1934 அன்று துவக்கப்பட்டது வேல் பிக்சர்ஸ் ஸ்டுடியோ. அங்கு பணியாற்றிய தொழில்நுட்பக் கலைஞர்கள் ஓ.ஆர்.எம்பாரய்யா-கலை இயக்குனர், சி.ஈ.பிக்ஸ்- ஒலிப்பதிவாளர், ஈ.ஆர்.கூப்பர் (பார்சி) & டிலாங் - ஒளிப்பதிவாளர்கள், ருத்ரப்பா-லேப் மேலாளர், ராஜசிகாமணி முதலியார்-பொது மேலாளர்.

வேல் பிக்சர்ஸ் மேலாண் இயக்குனர் எம்.டி. ராஜன் என்கிற எம்.தியாகராஜ முதலியார். பங்குதாரர்கள் சி.பி.சாரதி என்கிற சி.பார்த்தசாரதி முதலியார், கிருஷ்ணா மாவட்டத்தைச் சேர்ந்த பி.வி. தாஸ், ஜயந்த்லால் தாகூர் போன்றோர்களாவர். இயக்குனர் முருகதாசா வேல் பிக்சர்ஸ் நிறுவனப் பணிகளின்போது துவக்கத்தில் தன்னை இணைத்துக் கொண்டார். அவருடன் கே.ராம்நாத், ஏ.கே.சேகர் உடனிருந்தனர். ஆனால், வேல் பிக்சர்ஸ் முதலாளிகளுள் ஒருவராக முருகதாசாவைக் குறிப்பிட்டு எழுதப்பட்டு வருகிறது. அதேவேளையில் வேல் பிக்சர்ஸ் படங்களில் முருகதாசாவும், கே.ராம்நாத், ஏ.கே.சேகர் ஆகியோர் தொடர்ந்து பணியாற்றினர்.

சதி அஹல்யா - 1937   சீதா கல்யாணம் - 1934

சீதா கல்யாணம் (தெலுங்கு) - 1934

அங்கு முதலில் உருவாக்கப்பட்ட படம் சீதா கல்யாணம் (தெலுங்கு) 15.12.1934 அன்று வெளியானது. வேல் பிக்சர்ஸின் 4 ஆவது படமாக 31,000 ரூபாய் செலவில் டி.சி.வடிவேலு நாயகரால் இயக்கப்பட்ட பட்டினத்தார் 1936இல் எடுக்கப்பட்டது. அதில் கிடைத்த எதிர்பாராத அமோக வசூல் மூலம் கிண்டியில் நிலம் வாங்கப்பட்டது. மேலும், 30,000 ரூபாய் மதிப்புள்ள படப்பெட்டியும் (கேமரா) வாங்கப்பட்டது. 1937இன் துவக்கத்தில் ஸ்டுடியோ கிண்டிக்கு இடம் மாற்றப்பட்டது. வேல் பிக்சர்ஸ் ஸ்டுடியோதான் பின்னர் நரசு ஸ்டுடியோ ஆனது. நரசுஸ் காபி முதலாளி வி.எல். நரசு என்கிற வி.லக்ஷ்மி நரசிம்மன் என்பவர்தான் அதன் முதலாளி.

மீனாக்ஷி சினிடோன் & சுந்தரம் சவுண்டு ஸ்டுடியோஸ்

அடையாற்றில் தற்போது வி.என்.ஜானகி மகளிர் கல்லூரி இயங்கும் இடத்தில்தான் மீனாக்ஷி சினிடோன் செயல்பட்டது. அந்த இடம் ஆர்க்காடு நவாபுக்குச் சொந்தமாக இருந்தது. முதலில் திரைப்பட இயக்குனர் சி.வி.ராமன் அந்த இடத்திற்கு வாடகை செலுத்தி ஒரு தளம் மட்டும் கொண்ட ஸ்டுடியோவை அமைத்தார். அங்கு எடுக்கப்பட்ட படம் பவளக்கொடி 1934இல் வெளியானது. பின்னர்,

சீதா கல்யாணம் - தெலுங்கு   மாடர்ன் தியேட்டர்ஸ் முகப்பு

காந்தி காலத் திரைப்படங்கள் ❖ 97

சுந்தரம் சவுண்டு ஸ்டுடியோஸ் என்று பெயர் மாற்றம் பெற்றது. ஸ்டுடியோ ப்பி.எஸ். சாத்தப்ப செட்டியார் வசம் சென்றது. அங்கு முதலில் சொந்தப் படங்கள் மட்டுமே எடுக்கப்பட்டு வந்தன. வாடகைக்குப் படங்கள் எடுக்கப்படவில்லை. சுந்தரம் சவுண்டு ஸ்டுடியோஸின் முதல் படம் அதிரூப அமராவதி-1935 என்றே அறிய முடிகிறது. அங்கு பணியாற்றியவர்கள் சி.வி.ராமன்,- பட இயக்குனர். சுந்தர்ராவ் நட்கர்னி-ஒளிப்பதிவாளர், பி.கே. விஸ்வநாத்- ஒலிப்பதிவாளர் போன்றோர் ஆவர்.

சுந்தரபாரதி ஸ்டுடியோ

வேலூர் சத்துவாச்சாரியில் வஜ்ரவேலு முதலியார் என்பவரால் துவக்கப்பட்டது சுந்தர பாரதி ஸ்டுடியோ. அங்கு எடுக்கப்பட்ட படம் சதி அஹல்யா. படம் வெளியானதாகத் தெரியவில்லை. ஸ்டுடியோவும் முடிவுக்கு வந்தது.

நேஷனல் மூவிடோன்

மார்ச் 1935 முதல் 71, பூந்தமல்லி நெடுஞ்சாலை, கீழ்ப்பாக்கத்தில் இயங்கி வந்த பெரிய ஸ்டுடியோ. இதன் உரிமையாளர் தேவகோட்டை எஸ். ப்பி.எல்.ப்பி.சிதம்பரம் செட்டியார். அமைந்தகரையில் 80 ஏக்கர் நிலம் வெளிப்புற படப்பிடிப்புக்காக சொந்தமாக வாங்கியிருந்தார்கள். இங்கு எடுக்கப்பட்ட முதல் படம் 1935-ஆம் ஆண்டின் இறுதியில் வெளியான ராதா கல்யாணம் என்றே அறிய முடிகிறது. துவக்கத்தில் ஜித்தன் பானர்ஜி ஒளிப்பதிவாளராக இருந்துவிட்டுப் பின்னர் விலகி விட்டார். ஹரிகிருஷ்ணன் - லேப் பொறுப்பாளர். ஜாதவ்- ஒலிப்பதிவாளர்- ட்டி.எஸ்.மணி-ஆர்ட் டைரக்டர்.

இடைக்காலத்தில் ஆர்.எம்.கிருஷ்ணசாமி, சவேரி என்கிற நவீன்சந்த் ஹீராசந்த் சவேரி, சந்துபாய் வக்கீல் ஆகியவர்களுக்கு குத்தகைக்கு உட்பட்டு ப்ரவீன் ஸ்டுடியோஸ் என்று பெயர் மாற்றப் பட்டது. கிருஷ்ணகுமார், மந்தாரவதி ஆகிய படங்கள் அப்போது எடுக்கப் பட்டன. ஸ்டுடியோ இருந்த இடத்தில் தற்போது பாரதிய வித்யா பவன்ஸ் என்னும் பள்ளிக்கூடம் செயல்பட்டுக் கொண்டிருக்கிறது.

எம்.பி.பி.சி (M.P.P.C.)

முதன்முதலாக, பட நிறுவன முதலாளிகள் சிலர் ஒன்றிணைந்து ஏற்படுத்திய ஸ்டுடியோ. எம்.எஸ்.ராமஸ்வாமி செட்டியாரால் நடத்தப்பட்டு வந்த படப்பிடிப்பரங்கு மஹாலக்ஷ்மி ஸ்டுடியோஸ் ஸ்பிரிங் கார்டன், கதீட்ரல் சாலையில் இயங்கி வந்தது. அங்குதான் 26.7.1937இல் மோஷன் பிக்சர்ஸ் ப்ரொடக்ஷன்ஸ் கம்பைன் என்னும் ஸ்டுடியோ துவக்கப்பட்டது. பேச்சு வழக்கில் சுருக்கமாக 'மோஷன் பிக்சர்ஸ்'. ஒலித் தடுப்பு வசதி உள்ளிட்ட நவீன வசதிகளை கொண்டது 'மூவி லேண்ட்' என்றும் அழைக்கப்பட்டது. பங்குதாரர்களாக

Mr. C. P. Sarathy, Mr. M. T. Rajen and Mr. Jayantilal Thakore--pr prietors of Madras Theatres and of Prabhat Talkies.

மஹாலக்ஷ்மி ஸ்டுடியோஸைச் சார்ந்த எம்.எஸ்.ராமஸ்வாமி செட்டியாரும், ராயல் டாக்கி வினியோக நிறுவனத்தைச் சேர்ந்த என்.எம்.ஆர்.வெங்கட கிருஷ்ண அய்யரும், முருகன் டாக்கீஸைச் சேர்ந்த பி.ஏ.பி.குப்புசாமி அய்யரும் மேலாண்மை இயக்குனராக மெட்ராஸ் யுனைடெட் ஆர்ட்டிஸ்ட் கார்ப்பரேஷனைச் சேர்ந்த கே.சுப்ரமண்யமும் பொறுப்பேற்றுக் கொண்டனர்(எம்யுஏசி 13.9.1935இல் ஏற்படுத்தப்பட்ட படத் தயாரிப்பு நிறுவனம். இதன் பங்குதாரர்கள் கே.சுப்ரமணியம் மற்றும் எஸ்.டி.சுப்புலக்ஷ்மி ஆவர்).

கே.சுப்ரமண்யம் கல்கத்தா சென்று படமெடுத்துக் கொண்டிருந்த தால் அங்கிருந்த ஈஸ்ட் இந்தியா ஃபில்ம் கம்பெனியிலிருந்து நிறைய தொழில் நுட்பக் கலைஞர்களை எம்பிபிசி-யில் பணியில் அமர்த்தினார். லாபத்தில் ஒரு பங்கு தொழில்நுட்பக் கலைஞர்களுக்கும் அளிக்கப் பட்டதால் உற்சாகமாகவும், ஈடுபாட்டுடனும் வேலை செய்தனர். சைலன் போஸ், கமால்கோஷ், நிமாய் கோஷ்- ஒளிப்பதிவாளர்கள், பி.கே. விஸ்வநாத் & ஜோதிஷ் சின்ஹா - ஒலிப்பதிவாளர்கள், தரம்வீர்- படத் தொகுப்பாளர், கே.ஆர்.ஷர்மா - கலை இயக்குனர், ஹரிபாபு-

ஒப்பனையாளர் போன்றோர் தொழில்நுட்பப் பணிகளை மேற்கொண்டனர். ராஜா செல்லப்பள்ளி - பொது மேலாளர். அங்கு எடுக்கப் பட்ட முதல் படம் தெலுங்கு பாலயோகினி ஆகும். தென்னிந்தியாவில் எடுக்கப்பட்ட முதல் ஹிந்திப் படமான 'ப்ரேம்சாகர்'(1939) எம்பிபிசி-யின் உருவாக்கம்தான். அதே நிறுவனம்தான் 21.12.1940இல் எஸ்.எஸ். வாசனால் வாங்கப்பட்டு ஜெமினி ஸ்டுடியோஸ் ஆனது.

ஸ்ரீநிவாசா கல்யாணம் - 1934

மாடர்ன் தியேட்டர்ஸ்

அன்றைய நவீன வசதிகள் அனைத்தையும் உள்ளடக்கிய ஒரு ஸ்டுடியோவாக மாடர்ன் தியேட்டர்ஸ் ஸ்டுடியோவை ட்டி.ஆர்.சுந்தரம் நிறுவினார். அவர் வெளிநாட்டில் பட்டப்படிப்பு முடித்தவர். இங்கு எடுக்கப்பட்ட முதல் படம் சதி அஹல்யா, 1937இல் வெளியிடப்பட்டது. மலையாள மொழியின் முதல் பேசும்படமான பாலன் இங்குதான் எடுக்கப்பட்டது. ஜெர்மன் நாட்டைச் சேர்ந்த போடோ ஜுட்ஸ்வேகர் & பெய்ஸ் - ஒளிப்பதிவாளர்கள்- ஈஸ்வர சிங் - ஒலிப்பதிவாளர். ஆடை வடிவமைப்பாளர் அர்த்தனாரி. டி.வி.சாரி கதை, வசனம்,இயக்கம் போன்ற பணிகளில் குறிப்பிடத் தக்கவர்.

கோவை பிரீமியர் சினிடோன்

கோவையின் முதல் ஸ்டுடியோவான இது 1937லிருந்து செயல்பட்டுக் கொண்டிருந்ததைக் காணமுடிகிறது. ஏ.என்.மருதாசலம் செட்டியார், வி.எம்.அபிராம செட்டியார், டி.எஸ்.ஸ்வாமிநாதன் செட்டியார், எல். நஞ்சப்ப செட்டியார் (கந்த லீலா படத்தின் கதை, பாட்டு, வசனகர்த்தா) ஆகியோர் பங்குதாரர்கள். அங்கு எடுக்கப்பட்ட முதல் படம் சதி அனுசூயா 15.5.1937இல் வெளியானது. இதுவே பின்னர் கந்தன் ஸ்டுடியோ என்றானது. ஃப்ரம் சேத்னா- பட இயக்குனர். சுந்தரம்- லேப் பொறுப் பாளர், ஜே.எஸ்.படேல் & டி.ஜி.குணே (மராத்தியர்) -ஒளிப்பதி வாளர்கள், ராமநாதன்- ஒலிப்பதிவாளர். டி.பாலாஜி சிங்- மேலாளர்.

கார்த்திகேயா ஃபிலிம்ஸ் –- சித்ரகலா ஃபிலிம்ஸ் என்ற பெயரில் முருகதாசா, ராம்நாத், ஏ.கே.சேகர் ஆகியோரால் துவக்கப்பட்ட ஸ்டுடியோ பின்னர் கார்த்திகேயா ஃபிலிம்ஸ் என்றாக்கப்பட்டது. பிஷப் கார்டன் அடையாறு பகுதியில் இருந்த ஸ்டுடியோவைத் துவக்கி வைத்தவர் கே.வி.ரெட்டி. இங்கு எடுக்கப்பட்ட முதல் படம் சுந்தர மூர்த்தி நாயனார் 1937இல் வெளியானது.. இதுவே பின்னர்

எல்லிஸ் ஆர் டங்கன் - நியூடோன் ஸ்டுடியோவில்

முரேஷ்வர் என்பவரால் குத்தகைக்கு எடுக்கப்பட்டு ப்ரக்ஜோதி ஸ்டுடியோவானது. அபலை-1939, காளமேகம்-1940, காலேஜ் குமாரி (1942) ஆகிய படங்கள் ப்ரக்ஜோதியில் எடுக்கப்பட்டவைதான்.

கோவை சென்ட்ரல் ஸ்டுடியோ

திருச்சி சாலை, கோவையில் 25.01.1937 முதல் இயங்கத்தொடங்கியது. 16 லட்சம் மதிப்பில் 2 தளங்கள், சொந்த லேப் ஆகியவற்றுடன் இந்தியாவிலுள்ள மிகப் பெரிய ஸ்டுடியோக்களில் ஒன்றாக விளங்கியது. பி.ரங்கசாமி நாயுடு, ஸ்ரீராமுலு நாயுடு,சாமிக்கண்ணு வின்சென்ட், ஆர்.கே.ராமகிருஷ்ணன் செட்டியார் (புகழ்பெற்ற ஆர்.கே.சண்முகம் செட்டியார் அவர்களின் சகோதரர்) ஆகியோர் நிர்வாகத்தினர். இங்கு எடுக்கப்பட்ட முதல் படம் தெலுங்கு துக்காராம். அடுத்து தமிழ் துக்காராம் மார்ச் 1937இல் வெளியானது.

அந்த ஸ்டுடியோவின் ஒளிப்பதிவாளர் டி.ஜி.குணே. பால்ஜுரா ஷெக் -ஒலிப்பதிவாளர் ஏ.கே.சென் குப்தா- லேப் பொறுப்பாளர். கல்கத்தா அரோரா ஃபில்ம்ஸில் பொது மேலாளராக இருந்த அனுபவமுள்ளவரான ஜி.ராமசேஷன் ஸ்டுடியோவில் முக்கிய பங்காற்றினார்.

நியூடோன் ஸ்டுடியோ

குஷால்தாஸ் கார்டன் அருகில் கீழ்ப்பாக்கம் கார்டன் பகுதியில் இயங்கியது. முன்பு வேறு ஸ்டுடியோக்களில் பணியிலிருந்த ஒளிப்பதிவாளர் ஜித்தன் பானர்ஜி, ஒலிப்பதிவாளர் தின்ஷா கே டெஹ்ரானி, கலை இயக்குனர் எஃப். நாகூர், நடிகர் எம்.கே.தியாக ராஜ பாகவதர் ஆகியோர் இதன் பங்குதாரர்கள். 3.1.1938இல் துவக்கப் பட்டதாகத் தெரிகிறது.

ஆந்திரா சினிடோன்

ஜெய்ப்பூர் ராஜா, கிர்லாம்புடி ராஜா, பொப்பிலி ராஜா, பி.ராமச்சந்திர ரெட்டி, முதலானோர்களால் 1937இல் விசாகப் பட்டினத்தில் துவக்கப்பட்டது. ஏ.எம் கோபாலய்யர்- பொது மேலாளர். பக்த ஜெயதேவர்-1939இல் தெலுங்கிலும், ஹிந்தியிலும் அங்கு எடுக்கப்பட்டது. ஒலிப்பதிவாளர்- எஸ்.சாட்டர்ஜி, ஜி.சிங்-ஒளிப்பதிவாளர்,கே.ராய்- லேப் பொறுப்பாளர். ராவ் பஹதூர் ஜகன்னாத ராஜு- மேனேஜிங் ஏஜெண்ட்.1940இல் ஸ்டுடியோ மூடப்பட்டது. இவைகளல்லாமல் திருவாங்கூர் சமஸ்தானத்தில் அசன்தாஸ் அவர்களால் திருவாங்கூர் ஸ்டுடியோஸ்- ஏப்ரல் 1938இல் அமைக்கப் பட்டதாகத் தெரிகிறது. மைசூர் சவுண்ட் ஸ்டுடியோஸ் லிமிடெட்- பெங்களூரில் இயங்கியது. நவீன நிருபமா- 1937, மயூரத்துவஜா 1938 உள்ளிட்ட படங்கள் அங்கு எடுக்கப்பட்டன.

குபேரா ஃபில்ம்ஸ்

நெல்லூரைச் சேர்ந்த பெரிய பணக்காரரர் வெங்கையா(ரகுபதி வெங்கையா அல்ல). அவர் தெலுங்கு நடிகை காஞ்சனாமாலாவின் மீது கொண்ட தீவிரத்தாலேயே காஞ்சனாமாலா படங்களை மட்டுமே எடுப்பதற்காக உருவாக்கப்பட்டதே குபேரா ஃபில்ம்ஸ் லிமிடெட். 141, பூந்தமல்லி நெடுஞ்சாலையில் அலுவலகம் செயல் பட்டது. லேண்டன்ஸ் ரோட், கீழ்ப்பாக்கம், சென்னையில் ஸ்டுடியோ இயங்கியது. மஹிராவணன்-1939, சந்திரசேனா போன்ற தெலுங்குப் படங்கள் எடுக்கப்பட்டன. (அதேவேளையில் நியூடோன் ஸ்டுடியோவில் குபேரா ஃபில்ம்ஸ் படமாக்கப்பட்டதையும் காணமுடிகிறது). ஆனாலும், வெங்கையா நினைத்தது நடக்காததால் ஸ்டுடியோவை கைவிட்டார்.

அங்கிருந்த இயந்திரம் மற்றும் பொருட்களைக் குறைந்த விலைக்கு வாங்கி மைசூரில் உருவாக்கப்பட்டதுதான் நவஜோதி ஃபில்ம்ஸ் ஸ்டுடியோ. அது கன்னடம், மலையாளப் படங்களைத் தயாரித்தது. அதன் பங்குதாரர்கள் தி.ஜானகிராமன் (எழுத்தாளர் அல்ல), எம்பாரய்யா, பிந்துமாதவன், ஒலிப்பதிவாளர் ராமசாமி ஆகியோர் ஆவர்.

ஈரோடு காளிதாஸ் ஃபில்ம்ஸ் லிமிடெட் நிறுவனம் சொந்த ஸ்டுடியோவில் எடுத்த படம் கண்ணப்ப நாயனார்-1938. கேசவலால் காளிதாஸ் சேட் இதன் உரிமையாளர். மேனகா படத்தின் தயாரிப்பாளர்களுள் ஒருவர் என்பது குறிப்பிடத்தக்கது. ஒரே ஆண்டில் மூடப்பட்டுவிட்டது.

ஜயா பில்ம்ஸ் ஸ்டுடியோ என்ற ஒன்று சென்னையில் இயங்கியது. 1939இல் வெளியான விமோசனம், மன்மத விஜயம் ஆகிய படங்கள் அங்கு எடுக்கப்பட்டவை புலனாகிறது. விஷ்ணு சினிடோன் என்ற ஒரு பெயரையும் காணமுடிகிறது. விவரங்கள் இல்லை.

சாம்ராஜ்யங்களின் கதைகளைப் போலவே ஸ்டுடியோக்களின் கதைகளும் இருக்கின்றன. செப்டம்பர் மாதம் 1939இல் 2ஆம் உலகப்போர் துவங்கியது. அப்போது சென்னையில் இயங்கிய எல்லா ஸ்டுடியோக்களும் நிறுத்தப்பட்டன. சில, புலம் பெயர்ந்தன. 30களில் துவக்கப்பட்ட ஸ்டுடியோக்களில் இன்று எதுவுமே இல்லை. அடுக்கு மாடிக் குடியிருப்புகள், வணிக வளாகங்கள், கல்விச்சாலைகள் என்று உருமாறிவிட்டன. மாடர்ன் தியேட்டர்ஸின் முகப்பு வாயில் மட்டும் இன்றும் சேலத்தில் ஏற்காடு செல்லும் பாதையில் பழம் பெருமையின் சின்னமாகவும், எதிர்காலத்தை நினைத்து அஞ்சியபடியும் நின்றுகொண்டிருக்கிறது.

நன்றி

- **சுகீத் கிருஷ்ணமூர்த்தி, தியடோர் பாஸ்கரன், ராண்டார் கை, வள்ளியப்பன் ராமநாதன், பெ.வேல்முருகன்**
- RMRL, NFAI,INDIAN EXPRESS ARCHIVE,Tamildigitallibrary.in

நன்றி: உயிர்மை-மே, 2022

கலைகளின் நிலை
'நாட்டிய' சினிமா

சினிமா என்பது கலைகளின் கூட்டு. அனைத்து வகையான கலைகளும் சினிமாவில் இடம்பெற்று வளர்சிதை மாற்றங்களை அடைந்தே வருகின்றன. அவைகளுள் நடனமும் ஒன்று. பேசும்படங்களின் முதல் 2 பத்தாண்டுகளில் நடனங்களுக்கிருந்த தொடர்பை ஓரளவு அலசுவதே இக் கட்டுரை.

நடனம் என்பதன் தோற்றுவாய் என்னவாக இருக்கும்? (பந்து வீச்சாளர்கள் விக்கெட்டை வீழ்த்தியவுடன் உற்சாகமாக வெளிப்படுத்தும் அங்க அசைவுகள் எனக்கு நினைவுக்கு வருகிறது). உணர்வுகளின் வெளிப்பாடே நடனமாகின்றது. உடல்மொழியால் உணர்வுகளைத் தொடர்புறுத்தும் நிகழ்த்துக் கலையாகவும் நடனம் இருக்கிறது. விளையாட்டு, நடனம் ஆகியவை சோம்பல் நீக்கி உடற்தகுதியைத் தக்கவைத்துக் கொள்ளும் பயிற்சி முறையாகவும் அமைந்துள்ளது. மனிதருக்கு மனிதர், வட்டாரத்திற்கு வட்டாரம் அவை வேறுபாடுகளைக் கொண்டிருப்பதால் நடனங்களில் பல்வேறு வகைகள் தோன்றுகின்றன.

குறத்தி நடனம்

தென்னிந்தியாவின் முதல் படமான காளிதாஸ்(1931) படத்தில் குறத்தி நடனம் இடம் பெற்றது. நாடகங்களில் நிகழ்த்தப்பட்டு வந்த குறத்தி நடனத்தை சோதனை முயற்சியாக டி.பி.ராஜலக்ஷ்மி ஆடிக்காட்ட, அதை அப்படியே 2 ரீல்கள் கொண்ட துண்டுப்படமாக எடுத்து, காளிதாஸ் துண்டுப்படத்துடன் இணைத்துக் காட்டப்பட்டது. பின்னாட்களில், அதை நடனம் என்று ராஜலக்ஷ்மியே ஏற்றுக் கொள்ளவில்லை. காளி தாஸ் எனப்படும் கதைப்படம் 4 ரீல்கள் கொண்டது.

காஞ்சிவரம் கண்ணம்மாள்

பாலசரஸ்வதி

மேலும் கீர்த்தனை, தேசப்பற்று பாடல்கள் கொண்ட துண்டுப்படம் 3 ரீல்களும் கொண்டது. இவையனைத்தும் இம்பீரியல் மூவிடோன் தயாரிப்பு. அவையல்லாமல், சாகர்மூவிடோன் தயாரிப்பாக ஜான்சிபாய், ஆர்டி (ஹாடி எனப்பட்ட எஸ்.எம்.ஹாடியாக இருக்கலாம் என்பது என்னுடைய கணிப்பு) ஆகியோரின் குறத்தி நடனமும் இணைக்கப் பட்டது. அது, காளிதாஸ்-க்கும் முன்பே எடுக்கப்பட்டது. ஒலிவந்தவுடன் ஆடல்பாடலுக்கே முதன்மை வாய்ப்பு கொடுத்திருக்கிறார்கள் என்பதை இதன் மூலம் அறியலாம். இவ்வாறு முதல் படம் முதல் தொழிற்பட்ட குறத்தி நடனம், ஜிப்ஸி நடனம் போன்றவை பின்னர் வந்த காலகட்டத்திலும் நீடித்தது.

நாட்டார் கலைகள்

மேலும், துவக்கக் கால பேசும்படங்களில் வண்ணான்-வண்ணாத்திப் பாட்டு, இடையன்-இடைச்சி ஆகிய நாட்டுப்புறக் கதை பாத்திரங்கள் பெரும்பாலான படங்களில் இடம்பெற்றன. நகைச் சுவையைக் கணக்கில் கொண்டு சேர்க்கப்பட்ட இவ்வகைக் காட்சிகளில் நாட்டுப்புற பாணியிலான நடனங்கள் இடம்பெற்றிருக்கும் என்றே கணிக்க முடிகிறது. புலிக்கலைஞன், காவடியாட்டம், தெருக்கூத்து போன்ற நாட்டார்கலைப் பாடல்கள் மற்றும் நடனங்களை சினிமாவில் தொடர்ந்து இடம்பெறச் செய்ததில் காளி ரத்னம் முதன்மையாகக் குறிப்பிடத்தகுந்தவர்.

கவர்ச்சி நடனம்

பேசும்படங்களின் துவக்கக் காலங்களில் தேவதாசி மரபு நடைமுறையில் இருந்தே வந்தது. கலைகளிலும், கல்வியிலும் சிறந்தவர்களாகவும், சமூகத்தில் செல்வாக்குப் பெற்றவர்களாகவும் தேவதாசிகள் இருந்துள்ளனர். நலிந்த பிரிவினரும் இருந்துள்ளனர்.

கும்பகோணம் பானுமதி

ருக்மணிதேவி அருண்டேல்

கோயிலில் கடவுளைத் துதித்து நடனம் ஆடுவதுபோல, ஊர்ப் பெரிய மனிதர்கள், செல்வந்தர்கள் முன் ஆடிக்காட்டும் ஒரு வழக்கமாகவும், திருவிழாவில் பொதுமக்கள் காணும்படி ஆடவும் மாற்றங்களைப் பெற்றிருக்கிறது. அதுவே, பின்னர் சினிமாவிற்கும் பரவியது. மேலும், ஆங்கிலப் படங்களின் தாக்கத்தில் மேற்கத்திய இசையும், நடனமும் தமிழ்ப் படங்களில் இடம் பெற்றிருந்தது. மது குடிப்பகங்கள், விடுதி போன்ற வற்றில் நிகழ்த்தப்பட்ட பெண்களின் நடனங்கள், சண்டைக்காட்சிகளும், சாகசங்களும் கொண்டு சமகாலக் கதைப் படங்களில் இடம் பெற்றன. அவ்விரண்டு வகைகளிலும் பார்வையின்பத்தை அளிக்கும் வகையிலான ஆடைக்குறைப்பும், உணர்ச்சிகளைத் தூண்டும் வெளிப் பாடுகளும் இடம் பெற்றன. இன்றுவரை, இவ்வாறான கவர்ச்சி

அசூரி

ரத்னாவளி படத்தில் J.சுசீலா

வரலட்சுமி

லலிதா - பத்மினி

கிருஷ்ண ஐயர்

நடனங்கள் 'ஐட்டம் சாங், ஐட்டம் டான்ஸ்' என நீடிக்கின்றன. அந்தக் காலப்படங்களில் கவர்ச்சி நடனம் ஆடியவர்கள் என்று சாந்தாதேவி, ஜெ.சுசீலாதேவி, அஞூரி போன்றோர்களைக் குறிப்பிடலாம்.

அஜூரி என்கிற ஆங்கிலோ இந்தியர் இந்திப் படங்களில் பெரும்பாலும் நடனமும், சில கதாபாத்திரங்களிலும் நடித்தவர். அஜூரியே இந்தியாவின் முதல் 'ஐட்டம் ஆட்டக்காரராக' அறியமுடிகிறது. அஜூரியின் நடனம் இடம்பெற்ற தமிழ்ப் படங்களெல்லாவற்றிலும், அவருடைய நடனக் காட்சியுடன் கூடிய விவரங்களுடன் விளம்பரப்படுத்தப்பட்டுள்ளது. சென்னையைச் சேர்ந்த சுந்தரம் சவுண்ட் ஸ்டுடியோஸ் தயாரிப்பான பூகைலாஸ்-1938, மும்பை தயாரிப்பான டூஃபான் குயின்(1939) போன்ற படங்களில் அஜூரியின் நடனம் இடம்பெற்றிருந்தது. லவங்கி படத்தில் சொந்தக் குழுவினருடன் ஆடியிருந்தார். பாலே, காபரே, பரதம் போன்ற நடனக் கலைகளில் தேர்ந்தவர் அஜூரி.

1935இல் வெளியான ரத்னாவளி படத்தில் ஜெ.சுசீலாதேவியின் கவர்ச்சி நடனம் இடம்பெற்றதற்கான நிலைப்படங்கள் கிடைக் கின்றன. மேலும் பல படங்களில் இதுபோன்ற கவர்ச்சியாக ஆடியவர், பின்னர் குறிப்பிடத்தக்க கதாபாத்திரங்களில் நடித்து கதாநாயகியானார். அவர் ஆடியவை சுமார் ரகம் என்றே விமர்சனங்கள் தெரிவிக்கின்றன. சென்னை சீனிவாசா சவுண்ட் சிட்டி ஸ்டுடியோவில் உருவாக்கப்பட்ட

வி.என்.ஜானகி-குழுவினருடன் - சகுந்தலை படக்காட்சி

தூக்குத் தூக்கி-1935 படத்திலும் ஒரு கவர்ச்சி நடனம் இடம் பெற்றுள் ளதை ஆவணங்களில் காணமுடிகிறது. அவருடைய பெயர் பற்றிய விவரங்கள் இல்லை. அப்போது பெரும்பாலும் புராணப்படங்களே எடுக்கப்பட்டு வந்த நிலையில் இந்திரலோகத்துப் பெண்களான ஊர்வசி, மேனகை, ரம்பை போன்றோர் சபையில் ஆடும் காட்சிகள், கிட்டத்தட்ட அனைத்துப் படங்களிலுமே நீக்கமறக் கலந்திருந்தன.

சதிராட்டமா? பரத நாட்டியமா?

தென்னிந்தியாவின் குறிப்பாக தமிழகத்தின் அடையாளங்களுள் ஒன்றாகவே பரத நாட்டியம் உள்ளது. பழங்காலக் கோயில் சிற்பங்களில் நடனம் இடம்பெற்றிருப்பதைப் காணலாம். தொன்று தொட்டே தேவதாசிகளால் நிகழ்த்தப்பட்டு வந்த ஆடற்கலை சதிர்க் கச்சேரி,சதிராட்டம்,தாசியாட்டம், சின்ன மேளம் என்ற பெயர்களில் அழைக்கப்பட்டு வந்தது. அவைகளுக்குள்ள ஒற்றுமைகள், வேற்றுமைகள் போன்ற வரலாற்றை விளக்கப் புகுந்தால் நிறைய கற்கவும், எழுதவும் வேண்டியதாகிவிடும். தேவதாசிகளைக் கோயில்களுக்கு பொட்டுக் கட்டும் பழக்கம் இருந்தது. பொட்டு கட்டப்படும் பெண்கள் இறைபணி செய்து, இறைவனைத் துதித்து ஆடல்பாடல் நிகழ்த்து வார்கள். குடும்பப் பெண்களைப் போலான திருமண வாழ்வு அவர் களுக்கு மறுக்கப்பட்டது. மாறாக, தேவதாசி சமுதாயப் பெண்கள் பரத்தையர்களாக விளங்கினர். இவற்றையெல்லாம் எதிர்த்து டாக்டர்

குமாரி கமலா

Rukmini Devi's New Costume for Bharatanatyam
(Photo: C.T. Nachiappan archive)

முத்துலக்ஷ்மி ரெட்டி அவர்களால் 1927இல் முன்மொழியப்பட்ட தேவதாசி ஒழிப்புச் சட்டத்தின் விளைவால் கோயில்களில் மானியம் பெற்று ஆடிவந்த தேவதாசிகள் சிக்கல்களைச் சந்திக்க நேர்ந்தனர். சென்னையில் 1928இல் துவக்கப்பட்ட சங்கீத வித்வத் சபை (ம்யூசிக் அகாடெமி) சில ஆண்டுகள் சென்ற பிறகு நடனக்கலை மீதும் தன்னுடைய ஆர்வத்தையும், அக்கறையையும் செலுத்தத் துவங்கியது. சதிர் நடனம் ஆலயங்களில் நடத்தப் பெறக்கூடாது என்று 1930ஆம் ஆண்டில் சட்டம் இயற்றப்பட்டதாக பத்மா சுப்ரமண்யம் குறிப்பிட்டிருக்கிறார். எனவே, சதிரின் மறுமலர்ச்சிக்காகப் பாடுபட்டவர்கள் கையாண்ட உத்திகளில் ஒன்றே 'பரத நாட்டியம்' எனப் பெயர் மாற்றியது என்றும் குறிப்பிட்டிருக்கிறார். சபையில் பரத நாட்டியம் ஆடப்படுவதற்கு எதிர்ப்புகள் வலுவாக எழுந்த சூழலிலும் ம்யூசிக் அகாதெமியின் பொறுப்பிலிருந்த ஈ.கிருஷ்ண அய்யர் என்பவர் நடத்திக் காட்டினார். சுகுண விலாச சபாவிலும் உறுப்பினரான கிருஷ்ணய்யர் பரதக்கலையை வித்வான் நடேச அய்யர் என்பவரிடம் கற்று நாடகங்களில் நிகழ்த்தியவர். "நாட்டியம் ஆட ஆரம்பிக்கும் முன் அதைக் குறித்து அதன் பெருமையை பத்து பதினைந்து நிமிடங்கள் பேசிவிட்டு பிறகுதான் அக்கலையை ஆரம்பிப்பார். இப்படி பல இடங்களில் பிரச்சாரம் செய்து குல ஸ்த்ரீகளும் இக்கலையைக் கற்கலாம் என்ற ஒரு கோட்பாட்டைச் பரவச் செய்தார். உலகெங்கும் புகழ்பெற்ற நாட்டியக் கலை நிபுணராகிய ராம்

கோபால் என்பவரை பரத நாட்டியம் கற்கும்படி செய்தார்" என்று எழுதியிருக்கிறார் பம்மல் சம்பந்த முதலியார் (நான் கண்ட நாடகக் கலைஞர்கள்).

1930களின் துவக்கத்திலிருந்தே புத்துயிர் பெறத் துவங்கியது பரத நாட்டியக் கலை. அப்போது புகழ்பெற்றவராக விளங்கிய பெண்மணி பாலசரஸ்வதி. தேவதாசிப் பாரம்பரியக் குடும்பத்தில் பிறந்து சிறுவயது முதலே நடனம் பயின்றவர். கந்தப்பன் என்னும் நட்டுவனாரிடம் நாட்டியம் பயின்றார். உதயசங்கர் போன்ற உலகப் புகழ்பெற்ற நடனக் கலைஞர்களுடன் ஒப்பிட்டு பாலசரஸ்வதியை மிகவும் உயர்த்திப் பாராட்டி எழுதியவர் கல்கி. பாலசரஸ்வதிக்கு இணை யாருமே இல்லை என்றார்.

இன்றும் புகழ்பெற்று விளங்கும் நாட்டியப் பள்ளியான கலாக்ஷேத்ராவை 1936இல் நிறுவியவர் ருக்மணிதேவி. பந்தநல்லூர் மீனாட்சி சுந்தரம் பிள்ளை என்ற நட்டுவனாரிடம் பரதக் கலையை 3 ஆண்டுகளுக்கும் மேலாகக் கற்றுத் தேர்ந்தவர். பாலசரஸ்வதி பரதக்கலைக்குப் புத்துயிர் அளித்தார் என்றால், ருக்மணிதேவி அருண்டேல் கௌரவமும், அந்தஸ்தும் அளித்தார் என்கிறார் கல்கி. அதன் பிறகு, குடும்பப் பெண்கள் பரதம் கற்பதும் பரவலானது. இதுவே, பரதக் கலையின் சுருக்கமான வரலாறு.

சினிமாவில் பரத நாட்டியம்

சினிமாவில் ஒலிவந்த பிறகு ஆடல்பாடல் ஆகியவை நாடகத்தின் நீட்சியாக இடம்பெற்றன. தேவதாசி மரபினர்களில் ஆண்கள் நட்டுவனார்களாகவும் நடிகர்களாகவும், பெண்கள் நடன மங்கைகளாகவும் நடிகைகளாகவும் பலரும் சினிமாவுக்குப் படையெடுக்கத் துவங்கினர். *Dancing Girl* என ஆங்கிலத்தில் குறிப்பிடப்பட்ட தமிழ்ப் படத்தின் தலைப்பு 'தாசிப் பெண்' என்பதாகும். குடும்பப் பெண்கள் சினிமாவில் சேரத் தயங்கினர்.

திரைப்படத்தின் விளம்பரங்களிலேயே நடனக் கலைஞர்கள், நடன வகைகள் ஆகியவற்றைப் பற்றி குறிப்பிடும் அளவுக்கு சினிமாவில் நாட்டியம் இருந்தது.

1934இல் வெளியான லவகுச என்கிற தமிழ்ப் படத்தில் முதன்முதலில் பரத நாட்டியம் புகுத்தப்பட்டதாக ஆடல் பாடல் இதழாசிரியர் மா.வே.வீரராகவன் குறிப்பிட்டிருக்கிறார். அதையடுத்து வந்த படங்கள் பெரும்பாலானவற்றில் பரத நாட்டியம் இடம் பெற்றதாகவும் கூறியிருக்கிறார். எனினும், அண்மையில் கிடைத்த ஆவணத்தின்படி, 1932இல் வெளிவந்த 'காலவ மஹரிஷி அல்லது சித்திர சேனன் உபாக்யானம்' என்ற படத்தில் இந்திரலோகத்தில் ஊர்வசியின் நடனக் காட்சியைக் கொண்ட நிலைப்படம், அப்போதே செவ்வியல் நடனம் இடம்பெற்றதை உறுதி செய்கிறது.

காலவ மஹரிஷி படத்தில் (1932) ஊர்வசியாக S.S.ஜானகி

சங்கீதமும், பரதமும் தெரிந்த S.S.ஜானகி என்பவரும், நுங்கம்பாக்கம் ஜானகி என்ற மற்றொருவரும் 1930களின் படங்களில் நடித்திருக்கிறார்கள். நுங்கம்பாக்கம் ஜானகி நடித்த படங்கள் சிலவற்றில் அவருடைய மகள் பேபி ருக்மணி நடித்துப் புகழ்பெற்றிருந்தார். ருக்மணியின் மகள்தான் தற்போது புகழ்பெற்ற மூத்த நடிகையாக விளங்கும் லக்ஷ்மி. ருக்மணியின் நடிப்பிற்காகவும், குறிப்பாக நடனத்திற்காகவும் படங்கள் நல்ல வரவேற்பை பெற்றன. வழுவூர் ராமையா பிள்ளையிடம் பயின்ற பேபி கமலாவின் பரதம் உள்ளிட்ட நடனங்களுக்காகவே சில திரைப்படங்கள் புகழடைந்தன.

பாலசரஸ்வதியின் நடனம் உதயசங்கரால் படம்பிடிக்கப்பட்ட தெனினும் அவை சினிமாவில் பயன்படுத்தப்படவில்லை. பாலசரஸ்வதி யின் பிற்காலத்தில் அவருடைய நடனத்தை சத்யஜித் ரே படப்பதிவு செய்திருக்கிறார்.

1936ஆம் ஆண்டு வந்த வெளியான ராஜா தேசிங்கு படத்தில் ருக்மணிதேவியின் பரத நாட்டியம் இடம் பெற்றது. பரத நாட்டியத்தை தனியாகப் படம்பிடித்து படத்துடன் இணைத்துக் காட்டப்பட்டது.

'சைரந்தரி' அல்லது 'கீசக வதம்' (1939) என்ற தமிழ்ப் பேசும் படத்தில் பிருஹன்னளையாக ஈ.கிருஷ்ணையர் தோன்றி அழகாகப் பரத நாட்டியம் ஆடியது பலராலும் பாராட்டுப் பெற்றது. வெளிநாட்டவரான ராகினி தேவியின் பரத நாட்டியம் டம்பாச்சாரி-1935, வஸந்த சேனா, சந்திரமோஹனா-1936 போன்ற படங்களில் இடம்பெற்றது.

1937இல் வெளிவந்த விக்ரம ஸ்திரி சாஹஸம் படத்தில் இந்திரலோக ஊர்வசியாக நடித்து, நடனமும் ஆடியவர் அந்நாளில்

பரத நாட்டியத்தில் புகழ்பெற்றவரான காஞ்சிவரம் கண்ணம்மாள் என்பவர். அவருடைய பரத நாட்டியம் சதிலீலாவதி-1936 உள்ளிட்ட மேலும் சில படங்களில் பயன்படுத்தப்பட்டது.

1938இல் வெளிவந்த ஜலஜா அல்லது நாட்டிய மகிமை என்னும் திரைப் படம் இந்தியாவின் முதன் முதலாக வெளிவரும் நடனப்படம் என்று அறிவிக்கப்பட்டது. நடனம் அமைத்த நட்டுவனார் எஸ்.ஷண்முகம். 'பாட்டும் ஆட்டமும் சேர்ந்தால் தங்கத்துக்கு மணம் வந்தாற்போல். பாட்டு பெண்களுக்கு அவசியமானது. நாட்டியம் பெண்மையை மேன்மையாக்குவது' என்ற அறிவிப்போடு விளம்பரப்படுத்தப்பட்ட படம். தமிழ் சினிமாவின் தரமுயர்த்த பாடுபட்டவர்களில் ஜி.கே.சேஷகிரி, ஏ.என்.கல்யாணசுந்தரம் ஆகியவர்களும் குறிப்பிடத்தகுந்தவர்கள். அவர்களுடைய உருவாக்கமான ஜலஜா படத்தில் பரத நாட்டியக் கலையில் மிக்க மாண்புடன் ஜொலித்த காலஞ்சென்ற ஸ்ரீமதி வரலக்ஷ்மியின் சின்னமாக்கப்பட்டது என்றும் அறிவிக்கப்பட்டது. ஸ்ரீமதி வரலக்ஷ்மி, ஜலஜா படப்பிடிப்பின்போதே இறந்துவிட்டவர். இவரோடு எப்போதும் இணைந்த நட்சத்திரமாய் விளங்கிய கும்பகோணம் பானுமதி கதையின் மையப்பாத்திரத்தில் நடித்தார். பரத நாட்டியத்தின் பெருமையை விளக்கி பிரமிக்கச் செய்த ஏற்பாட்டின்படியான படத்தில் நடித்த இவர்களிருவரும் தேவதாசி சமுதாயத்தைச் சேர்ந்தவர்கள்.

தேவதாசிகளின் கலைத்திறன் மற்றும் வேசி நிலைக்குத் தள்ளப்படும் அவலம் போன்ற யதார்த்த வாழ்வை சித்தரித்த சமகால சாட்சியமாகவே ஜலஜா படத்தின் கதை இருக்கிறது.

எம்.எஸ்.பட்டம்மாள், யோகம்-மங்களம் சகோதரிகள், நட்ராஜ்-சகுந்தலா இணையர், தாரா சௌத்ரி போன்றோரின் நாட்டியங்கள் 40களின் படங்களில் பரவலாக இடம்பெற்றது. கதாநாயகனாகவும் , வில்லனாகவும் புகழ்பெற்ற நடிகர் ரஞ்சன் பரத நாட்டியம் பயின்று, அதை சினிமாவிலும் பயன்படுத்தியவர். 'நாட்டியம்' என்னும் பத்திரிக்கையையும் நடத்தினார்.

நடன மங்கையாக சினிமாவில் நுழைந்து மெல்ல உயர்ந்து கதை நாயகியாகி, பின்னர் தமிழகத்தின் முதல்வராகவும் திகழ்ந்தவர் வி.என். ஜானகி.

ஜலஜா படத்திற்கு அடுத்து நாட்டியங்களுக்கென்றே சிறப்பான இடத்தை அளித்து எடுக்கப்பட்ட படம் இந்தி மொழிப் படம் 'கல்பனா'. கல்பனா படம் வெளியாகும் முன்பே அதற்கும் முன்னோடியாக கே.சுப்ரமண்யம் நாட்டியத்திற்கென்றே சிறப்பான நர்த்தன முரளி என்ற ஒரு படத்தை தயாரித்தார். ஏராளமான பொருட்செலவிலும், ஏராளமான நடனக் கலைஞர்களை உள்ளடக்கியதாக இருந்த படம் வெளிவர இயலாத அளவுக்குப் பாதியில் தடைப்பட்டு நின்றுவிட்டது. 1948இல் வெளியான கல்பனா, கே.ராம்நாத், ஏ.கே. சேகர் போன்றவர்களின் பங்களிப்புடன் சென்னை ஜெமினி

ஸ்டுடியோவில் உருவாக்கப்பட்டது. நாடெங்கும் நடனத்தில் புகழ் பெற்றிருந்தவர்கள் அனைவரையும் உள்ளடக்கி எடுக்கப்பட்ட ஒரு படம். அந்தப் படத்தில் பத்மினி அறிமுகமானார். திருவாங்கூர் சகோதரிகள் எனப்பட்ட லலிதா, பத்மினி, ராகினி ஆகியோரும் கல்பனா படத்திற்குப் பிறகு வந்த கிட்டத்தட்ட அனைத்துப் படங்களிலும், நாட்டிய நாடகங்கள், நடனம் போன்றவற்றை நிகழ்த்தினர். அவை அனைத்து தரப்பு மக்களாலும் ரசிக்கப்பட்டது.

நடன ஆசிரியர்கள்

பரதம், இந்துஸ்தானி, நாட்டுப்புற நடனங்கள், மேற்கத்திய நடனங்கள், பாம்பு நடனம் போன்ற பல்வேறு வகையான நடனங்கள் நிகழ்த்தப்பட்டிருந்தாலும், அப்போதைய திரைப்படங்களில் அரிதாகவே நடன ஆசிரியர்களின் பெயரைக் காணமுடிகிறது. நடனக் கலைகளில் தேர்ச்சி பெற்றிருந்தவர்களே பெரும்பாலும் நடனத்திற்கு முக்கியத்துவம் கொடுக்கப்பட்ட காட்சிகளில் தோன்றினர். எனினும், குறிப்பிட்ட பாடல்களுக்கோ அல்லது பொதுவாகவோ நட்டுவனார்களிடம் பயிற்சி பெற்றவர்களே அவர்கள். நடனக் கலைஞர்கள் அல்லாத பொதுவான நடிகர்கள் எவ்வாறு நடனம் ஆடினர் என்ற விவரம் இல்லை. தாமாகவே ஆடினரா, நடன ஆசிரியர்கள் பயிற்சி அளித்தனரா என்பதில் தெளிவில்லை. எனினும், V.B. ராமையா பிள்ளை என்கிற வழுவூர் ராமையா பிள்ளை, பந்தநல்லூர் மீனாட்சிசுந்தரம் பிள்ளை போன்ற புகழ்பெற்ற நட்டுவனார்கள் பெயரையே சில படங்களில் காணமுடிகிறது. மேலும் திரையில் நடனமாடியவரான நட்ராஜ், சில படங்களில் நடன ஆசிரியாக இருந்துள்ளார். நாட்டியத்தை சிறப்பித்தே எடுக்கப்பட்ட இன்னொரு படம் நாட்டியராணி-1949.

அந்தப் படத்தின் நடன ஆசிரியர் வி.மாதவன். பண்டிட் போலோநாத் சர்மா, அனில் குமார் சோப்ரா போன்ற வட இந்தியர்கள் பெயரையும் காணமுடிகிறது. நடன மங்கையாக அறிமுகமாகி பின் கதை நாயகியாக வளர்ந்த பி.எஸ். சரோஜாவை மணந்தவர் போலோநாத்.

1947இல் தேவதாசி முறை ஒழிப்புச் சட்டம் சென்னை மாகாணத்தில் நிறைவேறியது. அதற்கு முன்பு வரையிலான திரைப்படங்களில் தாசி கதாபாத்திரங்களும், அவர்கள் ஆடிய சதிராட்டம், பரத நாட்டியம் ஆகியவையும் பெரும்பாலான படங்களில் இடம்பெற்றன. இன்றும் எஞ்சியுள்ள படங்களில் அவற்றைக் காணலாம்.

எந்தவொரு குறிப்பிட்ட பிரிவினருக்கும் பொதுவாக அல்லாமல் இன்று அனைத்து சாதியினரும் கற்கும் ஒரு கலையாகப் பரத நாட்டியம் திகழ்கிறது. நடுத்தர வர்க்கம் முதல் மேல்தட்டு மக்கள் வரை பெண்களும் ஆண்களும் கற்கும் கலையாக இன்று பரதக்கலை திகழ்கிறது. மேலும், குடும்பப் பெண்கள் பரத நாட்டியம் கற்பது இழிவு என்னும் நிலையிலிருந்து இன்று பெருமைக்குரிய தெய்வீகக் கலையென்னும் நிலையைக் கடந்த 90 ஆண்டுகளில் அடைந்ததின் பின்னணியில் சினிமாவின் பங்களிப்பு மிகவும் குறிப்பிடத்தகுந்தது.

நன்றி

- கல்கி வளர்த்த கலைகள்
- தமிழ்நாடு இயல் இசை நாடக மன்ற வெள்ளி விழா மலர்–1980
- தியடோர் பாஸ்கரன், ராண்டார் கை, பெ.வேல்முருகன், பொன். செல்லமுத்து,

நன்றி: உயிர்மை - ஜூலை, 2022

காந்தி காலத் திரைப்படங்கள்

12

'உண்மையான கலைகள் யாவும் உள்ளத்து உணர்ச்சிகளை வெளியிட வந்த கருவிகள் தாம். மனிதனது அகவுணர்ச்சியை விளங்கச் செய்கிற அளவைப் பொறுத்தே கலைகளின் புறத் தோற்றங்களுக்கு மதிப்புண்டு. உயிர் ஊட்டும் கலையும் உண்டு. உயிர் கொல்லும் கலையும் உண்டு. இன்றியமையாத தேவையை அடிப்படையாகக் கொண்டிராத கலைகளைப் பற்றி நாம் கண்காணிப்பாகவே இருக்கவேண்டும்.'

– அண்ணல் காந்தியடிகள்

அஹிம்சையை வலியுறுத்தியவரான காந்தியின் வாழ்நாட்களில்தான் இரண்டு உலகப் போர்களும் நடந்தேறின என்று மேடையில் பேசினால் கேட்போர் ஒருவேளை ஆர்ப்பரிக்கலாம். ஆனால், சினிமாவைத் தீமை என்று வர்ணித்த காந்தி , இந்திய மொழிகளில் முதல் மௌனப்படம் வெளிவருதற்கும் முன்பே சலனப் படத்தில் தோன்றிவிட்டார் என்பது வர்ணனைகளற்ற உண்மைத் தகவல்.

1911இன் இறுதியில் துவங்கி 1912 ஆம் ஆண்டின் துவக்கமான நாட்களில் கோபால கிருஷ்ண கோகலே தென்னாப்பிரிக்கா சென்றிருந்தபோது சலனப்படம் பிடிக்கப்பட்டது. அதில் காந்தியும் உடனிருந்தார். 1913 ஆம் ஆண்டில் தாதா சாஹேப் ஃபால்கே உருவாக்கிய ராஜா ஹரிஸ்சந்திராதான் முதல் இந்திய சினிமா.

வணிகத் திரைப்படங்கள் ஒலியைப் பயன்படுத்தும் முன்பே செய்திப் பட நிறுவனங்கள் பேசும் படங்களை உருவாக்கின. அமெரிக்காவின் ஃபாக்ஸ் மூவிடோன் என்கிற செய்திப் பட நிறுவனம் உலகத் தலைவர்களின் உரைகளுடன் படங்களை வெளி

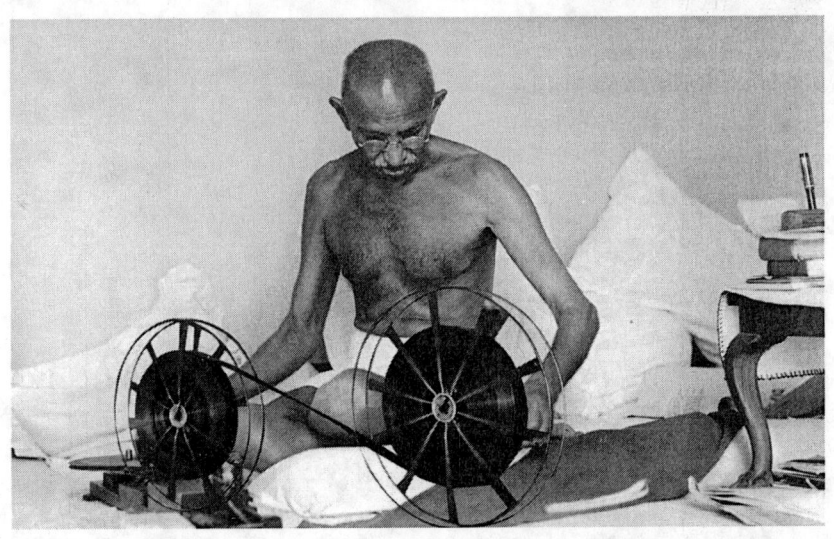

யிட்டது. அந்த வரிசையில் காந்தியடிகள் போர்சாத் என்னும் ஊரில் கதரைப் பற்றிப் பேட்டியெடுத்ததை Fox Movie Tone செய்திப் படமாக வெளியிட்டது.

"காந்தியடிகள் உப்பு சத்தியாகிரகத்தின்போது போர்சாத் என்னும் ஊரில் கதரைப் பற்றிப் பேசியதை ஒரு அமெரிக்கர் ஒலி/ஒளிப்பதிவு செய்து செய்திப் படமாக்கினார். 1930இல் காந்தியடிகளின் முதலாவது படப்பேச்சாக அந்த செய்திப்படம் அமைந்தது" என்று ஏ.கே.செட்டியார் எழுதியுள்ளார். செட்டியார் குறிப்பிடும் அந்த சலனப்படக் காட்சி இணையத்தில் கிடைக்கிறது. ஆனால், பதிவிட்ட வர்கள் 30.4.1931 என்று குறிப்பிட்டுள்ளனர். காந்தியைப் பற்றி அந்தப் பதிவில் தந்துள்ள காலவரிசையிலும் சில தவறுகள் உள்ளன. எனினும், 30.4.1931 என்ற தேதியே சரியானது என்று காந்திய ஆய்வாளரும், எழுத்தாளருமான சித்ரா பாலசுப்ரமணியன் உறுதிப்படுத்துகிறார். அதற்கும் சற்றே முன்னர்தான் இந்தியாவின் முதல் பேசும்படமான ஆலம் ஆரா 14.3.1931ல்தான் வெளியானது என்பது குறிப்பிடத்தக்கது.

நாடகங்களையும், இசையையும் வரவேற்ற காந்தி சினிமாவை வெறுத்தார். இத்தனைக்கும் அவர் காலத்தில் பெரும்பாலும் நாட கங்களே திரைப்படங்களாக்கப்பட்டன. ஆனால், சினிமா தொழில் நுட்பத்தை அவர் தீமை என்றார். சினிமா பண விரயம் மற்றும் நேர விரயத்திற்கானது என்றார். சூது, மற்றும் தீய பழக்கங்களுக்கு வழிவகுக்கும் என்றார்.

அந் நாட்களில் உலகப் புகழ் பெற்றிருந்த நடிகர் சார்லி சாப்ளின். அவரை அறியாதவராகவே காந்தி இருந்தார். இரண்டாவது வட்ட மேசை மாநாட்டின்போது, அதுவரை சினிமாவே பார்க்காத காந்தியும்

காந்தியுடன் சார்லி சாப்ளின்

சாப்ளினும், இங்கிலாந்தில் 22.9.1931 அன்று நேரில் சந்தித்தனர். சாப்ளினை சந்திப்பதையும் அவர் தவிர்க்கவே விரும்பினார்.

சினிமா வழி கல்வி புகட்டும் வாய்ப்பையும் அவர் ஏற்க மறுத்தார். திரையரங்கு உள்ளிட்ட கொட்டகைகளின் உள்ளே அடைந்து கிடப்பதை அவர், தவிப்பாக மூச்சுத் திணறலாகக் குறிப்பிட்டிருக்கிறார். சிறுவயதில் அவ்வாறான ஒரு கொட்டகையினுள் அவர் தவித்ததை நினைவு கூர்ந்தார். (ஒருவேளை, காந்தி Claustrophobic ஆக இருந்திருப்பாரோ? என்னைப் போல) எல்லா திரையரங்குகளையும் நூற்பு ஆலைகளாகவும், கைவினைப் பொருட்களுக்கான ஆலைகளாகவும் மாற்றிவிட வேண்டும் என்று விருப்பம் தெரிவித்தார். சினிமா பண்பாட்டுச் சீரழிவைச் செய்கிறது என்றார். செய்தித்தாள்களில் இடம் பெற்ற சினிமா விளம்பரங்களில் காணப்பட்ட ஆபாசங்களைச் சுட்டிக் காட்டிப் பேசினார்.

'ஒருவேளை நான் இந் நாட்டின் முதன்மை அமைச்சரானால் முதலில் செய்ய விரும்புவது சினிமா கொட்டகைகளை மூடுவது. விதி விலக்காக கல்விக்கான படங்களையும், நாட்டின் இயற்கை அழகை எடுத்துச் சொல்லும் படங்களையும் ஒருவேளை அனுமதிக்கலாம். ஆயினும், கிராமபோன் தட்டுக்கள் விற்பனையைத் தடுத்து நிறுத்துவேன். அதாவது வாழ்வினைக் கொல்லும் இம் மாதிரியான நடவடிக்கைகளின் மீது கடும் வரிச்சுமையை அளிக்க வேண்டும் என்று அரசை வலியுறுத்துவேன்' என்றார் காந்தி. பேசும்படங்களுக்கும் முன்பிருந்தே

காந்தி காலத் திரைப்படங்கள் ❖ 117

ராம ராஜ்யம் படக்காட்சி

கிராமபோன் பயன்பாட்டில் இருந்தது. கிராமபோன் பாடல்கள் உள்ளிட்டவைகளில் காந்தியும், காந்தியமும்தான் முக்கியமான பாடுபொருட்கள்.

3-5-1942 ஆம் தேதியிட்ட 'ஹரிஜன்' இதழில் வெளியான பேட்டியில் காந்தி, தான் இதுவரை வானொலியைக் கேட்டதில்லை. சினிமா பார்த்ததில்லை என்று சொல்லியிருக்கிறார். அதுபற்றிக் கேட்டதற்கு, சினிமாவைத் தீயது என்று வர்ணித்தார். வானொலியைப் பற்றி தனக்குத் தெரியாது என்றார். தனக்குத் தெரியாதவைகளைப் பற்றி காந்தி எப்படிக் கருத்து சொல்ல முடியும் என்ற கேள்வி அன்று எழாமல் இல்லை. இருப்புப் பாதைகள், மருத்துவமனைகளைக்கூட அவர் சிறந்த முறையில் தேவையான தீமைகளே என்றார். நாட்டின் அற ஒழுக்க நிலையில் ஓர் அங்குலத்தைக்கூட அவை கூட்டவில்லை என்றார்.

காந்தி முதன்முதலில் பார்த்தது *Mission To Moscow* என்ற ஹாலிவுட் படம், 1943இல் வெளியானது. காந்தி அப்படத்தை ரசிக்கவில்லை. சினிமாவைப் பார்க்காமலேயே சினிமாவை வெறுத்து கருத்துரைத்துக் கொண்டிருந்த காந்தி தன்னுடைய 74 வயதில் 2.6.1944 அன்று ராம ராஜ்யா எனும் இந்தி மொழிப் படத்தைப் பார்த்தார். அதுவும் முழுமையாக அல்ல. தேர்ந்தெடுக்கப்பட்ட சில பகுதிகளிலிருந்து சுமார் 40 நிமிடங்கள் வரை மட்டுமே பார்க்க ஒப்புக் கொண்டார். எனினும், ஒன்றரை மணி நேரம் படம் பார்த்தார். காந்தி அப்படத்தை விரும்பினாரா? படத்தயாரிப்பாளர் விஜய் பட் தரும் குறிப்பின்படி படம் முடிந்த பிறகு காந்தியின் முகம் மலர்ந்திருந்தது. ராம் ராஜ்யா படத்தை ஏவி மெய்யப்பச் செட்டியார் தமிழில் ஒலிபெயர்த்து பின்னர் வெளியிட்டார்.

'தவறான காரியத்திற்கு உபயோகப்பட்டு விடக்கூடிய எந்தக் கருவியையும் நீதி முறைப்படி தீமையானதாக நாம் கருதிவிட வேண்டும்'

பக்த விதுரா

விமோசனத்தில் ஒரு காட்சி

என்பது காந்திய வழியில் வந்த பேராசிரியர் டெலிஸ்லி பர்னஸ் என்பவரின் கருத்து. 'பேராசை இருக்குமிடத்தில் அன்பு இருக்கும்படி செய்துவிட்டால் எல்லாம் சரியாகிவிடும்' என்று சொன்னவரும் காந்தி தான். இன்றியமையாத தேவையை அடிப்படையாகக் கொண்டிராத கலைகளைப் பற்றி நாம் கண்காணிப்பாகவே இருக்கவேண்டும்' என்ற அவரது மேற்கோளை மீண்டும் இங்கே பொருத்திப் பார்க்கலாம்.

காந்தி 1915இல் தென்னாப்பிரிக்காவிலிருந்து இந்தியா திரும்பினார். 5 ஆண்டுகளில் பெரும் தலைவராகத் தலையெடுத்தார். அதன் பிறகு வந்த மௌனப் படங்களிலிருந்தே காந்தியின் தாக்கம் நிகழத் துவங்கி விட்டது. பின்னர் வந்த பேசும்படங்களிலும் காந்தியக் கொள்கைகள் கருப்பொருளாயின.

1921இல் வெளியான 'பக்த விதுரா' என்னும் இந்திப் படத்தில் விதுரர் பாத்திரம் காந்தியைக் குறியீடு செய்யும் விதத்தில் அமைக்கப் பட்டிருந்தது என்கிற காரணம் காட்டி பிரிட்டிஷ் அரசு கராச்சி மற்றும் மதராஸ் மாகாணங்களில் அப் படத்தை தடை செய்தது. அந்தப் படத்தில் விதுரர் கதராடையும், காந்தி குல்லாவும் அணிந்திருந்தார். முதன்முதலில் தடை செய்யப்பட்ட படம் என்பதாக பக்த விதுரா வரலாற்றிலும் இடம் பெற்றுவிட்டது.

புராணக் கதைகளையே எடுத்துக் கொண்டிருந்த சினிமா முதன் முதலாக சமூகப் பிரச்சினையைக் கையாளத் தொடங்கியபோதே காந்தியின் கொள்கைகள் கருப்பொருட்களாகத் துவங்கின. 20களில் வெளியான 'டு அன்டச்சபிள்ஸ்' புனா யுனைட்டெட் பிக்சர் சிண்டிகேட் நிறுவனத் தயாரிப்பு. இது காந்திஜியின் தீண்டாமை ஒழிப்புப் பிரச்சினையை அடிப்படையாகக் கொண்ட கதை. பிராமண இளைஞன் ஒருவன் தாழ்த்தப்பட்ட ஜாதியைச் சேர்ந்த ஒரு பெண்ணை மணம் புரியும் காட்சி இதில் தைரியமாக சொல்லப்பட்டிருக்கிறது என்று 'நமது சினிமா' நூலில் குறிப்பிட்டுள்ளார் சிவன்.

இதே காலகட்டத்தில் காந்தி கதர் கண்காட்சியைத் திறந்து வைத்த நிகழ்வைப் படமாக்கித் திரையிட்டுள்ளனர். அதனுடன் இணைப்பாக பிரபல நடிகை சுலோச்சனாவின் நடனம் சேர்த்துக் காண்பிக்கப் பட்டுள்ளது. (எதற்கு எது வலு சேர்க்கும் என்பது பார்வையாளர் களைப் பொறுத்தது). அயல் நாட்டவரும், யூதருமான சுலோச்சனா (சினிமாவுக்கான புனைப்பெயர்) கதர் மற்றும் கைத்தறி ஆடைகளுக்கு ஆதரவளித்தவர்.

ஒத்துழையாமை இயக்கத்தைக் கைவிட்ட காந்தி 1930களின் துவக்கத்தில் நிர்மாணத்திட்டங்களை வகுத்தார். முழுமையான, முறையான தன்னாட்சி செய்வதற்கு வேண்டிய ஆற்றலைப் பெற வேண்டுமானால், இன்னின்ன விஷயங்களில் முன்னேற்றம் பெற வேண்டும் என்று 18 அம்சங்களைப் பட்டியலிட்டார். அவை மட்டுமேதானா எனில் இல்லை என்றும் குறிப்பிட்டார். பிற்காலத்தில் மேலும் சிலவற்றையும் சேர்த்தார். அவர் குறிப்பிட்ட அம்சங்களில் கவனம் செலுத்திய கருப்பொருள்களையும், காட்சிகளையும் கொண்ட திரைப்படங்கள் நிறைய வரலாயின. எனவே, அந்தப் பட்டியலை ஒருமுறை பார்த்துவிடலாம். 1.சமூக ஒற்றுமை 2.தீண்டாமை ஒழிப்பு 3.கதர் 4.மதுவிலக்கு 5.கிராம கைத்தொழில்கள் 6.ஆதாரக் கல்வி 7.கிராமத் துப்புரவு 8.பிற்பட்ட மக்களுக்கு சேவை 9.மாதர் முன்னேற்றம் 10.சுகாதாரம், துப்புரவு ஆகியவற்றில் பயிற்சி 11.ஆட்சிமொழி வளர்ப்பு 12.தாய்மொழிப் பற்று 13.பொருளாதார சமத்துவம் 14.விவசாயி நலன் 15.தொழிலாளர் நலன் 16.மாணவர் நலன் 17.இயற்கை வைத்தியம் 18.குஷ்டரோக நிவாரணப் பணிகள் ஆகியன அவையாகும். இவற்றில் சிலவற்றைத் தவிர மற்றவைகட்கும் நாடு விடுதலை அடைவதற்கும் என்ன தொடர்பு இருக்க முடியும் என்றே பலரும் எண்ணக்கூடும். காந்தியே அப்படியானதொரு விமர்சனத்தை எழுப்பி விடையும் அளித்தார்.

எனவேதான் மேற்கண்ட நிர்மாணத் திட்டங்களை உள்ளடக்கி 'சுதந்திரப் போரில் தமிழ் சினிமா' என்று சினிமாவை ஒரு போர் வீரனாக்கி சான்றுகளுடன் அறந்தை நாராயணன் ஒரு புத்தகமே எழுதியுள்ளார். அதில் பேசும்படங்களின் காலவரிசையில் காந்தியம் இடம்பெற்ற விவரங்களை சான்றுகளுடன் விவரித்துள்ளார். 1931இல் வெளியான தென்னிந்தியாவின் முதல் பேசும்படமான காளிதாஸிலேயே கதராடையை ஆதரித்தும் காந்தியைப் போற்றியும் டி.பி.ராஜலக்ஷ்மி ஆடிப்பாடினார். 1931 துவங்கி 47 ஆம் ஆண்டு விடுதலை வரை வெளியான பேசும்படங்களை ஆராய்ந்து வரிசைப்படுத்தி எழுதியுள்ளார்.

இதுபோலவே வங்க மொழியிலும், ஹிந்தி மொழியிலும் அவற்றின் பங்கை எடுத்துரைக்கும் வண்ணம் புத்தகங்கள் வந்திருக்கும். இந்தி மொழிப் படங்களின் விவரங்களைக் கொண்ட மேலும் விரிவான புத்தகம் ஒன்று நரேந்திர கௌஷிக் என்பவரால் சிறப்பாக எழுதி வெளியிடப்பட்டுள்ளது. அதன் தலைப்பு 'Mahatma Gandhi In Cinema'.

அதன் மாதிரிப் பக்கங்களை மட்டுமே இதுவரை பார்க்க முடிந்தது. அதிலிருந்த சில தகவல்கள் இங்கும் பயன்படுத்தப்பட்டுள்ளது.

ராஜாஜி அவர்களால் மதுவிலக்கு ஒன்றையே இலக்காகக் கொண்டு செயல்பட்ட 'விமோசனம்' என்ற இதழ் அன்று அறந்தை நாராயணனுக்குக் கிடைக்கவில்லை. இன்று சில இதழ்கள் கிடைக்கிறது. அதுபோலவே, 'விமோசனம்' என்ற திரைப்படத்தின் பாட்டுப் புத்தகத்தின் சில பக்கங்கள் அவருக்குக் கிடைக்காமல் போனதால் சில விவரங்களை அளித்திருக்கவில்லை. அவையும் இன்று கிடைக்கின்றன.

காந்திக்கும் வெள்ளித்திரைக்கும் உள்ள உறவு, விலகலைப் பற்றி பார்க்கும்போது குறிப்பிடத்தகுந்த ஒன்று ஏ.கே.செட்டியார் அவர்களால் வெளியிடப்பட்ட காந்தியடிகளின் ஆவணப்படம். "மகாத்மா காந்தி – அவரது வாழ்க்கையின் சம்பவங்கள்" என்பது படத்தின் பெயர். 12 ரீல்கள் நீளம் கொண்டது. அந்தப் படத்திற்கான ஆவணங்களை கண்டங்கள் சுற்றி, அரும்பாடுபட்டு தேடித் தொகுத்தது பற்றி விரிவாக 'அண்ணல் அடிச்சுவட்டில்' என்ற நூலில் எழுதியிருக்கிறார். ஆ.இரா. வேங்கடாசலபதியைப் பதிப்பாசிரியராகக் கொண்ட நூல் காலச்சுவடு வெளியீடு. இன்று ஒரு சிறந்த ஆவணமாகத் திகழும் இந்த நூல் வாசிக்க வேண்டிய சிறந்த ஒரு புத்தகம்.

2.8.1940-இல் காந்தி படம் சென்னையில் ராக்ஸி திரையரங்கில் திரையிடப்பட்டது. தெலுங்கு விளக்கவுரைகளுடன் கூடிய படமும் சில மாதங்களில் வெளிவந்தது. அரசியல் கொந்தளிப்பின் காரணமாகவும், அரசாங்கம் படத்தைப் பறிமுதல் செய்யக்கூடும் என்ற அச்சத்தின் காரணமாகவும் பொதுமக்களுக்குத் திரையிடுவதை நிறுத்திவிட்டோம் என்று எழுதியுள்ளார் ஏ.கே.செட்டியார். இந்தி உள்ளிட்ட மொழி களில் இந்தியாவெங்கும் திரையிட்டது போலவே வெளிநாடுகளிலும் திரையிட்டிருக்கிறார். 1950களில் ஃபிஜித் தீவுகளில் காந்தி ஆவணப் படத்தை திரையிடும் ஏற்பாடு குறித்த அவர் கைப்பட எழுதிய கடிதங்களையும் காணமுடிகிறது.

காந்தியை முழுமையாகப் புரிந்துகொள்வது அவ்வளவு எளிதல்ல. எனினும் எல்லோரும் காந்தியை ஏற்றுக் கொண்டனர் .சமூகத்தில் காந்தி எவ்வளவு தாக்கம் செலுத்தினார் என்பதை நாம் அறிவோம். அவர் சொன்னார் என்பதற்காகப் பதவி, பணி, பட்டங்கள், சொத்துக் களை மட்டுமல்ல உயிரையும் கொடுத்தனர். சினிமாவின்மீதான காந்தியின் வெறுப்பும் அறிவுறுத்தலும் அவர் வாழ்ந்த காலத்தில் சினிமாவை எந்த அளவுக்குத் தாக்கியிருக்கும் என்பதையும் நாம் உணர முடியும்.

- நன்றி: உயிர்மை, அக்டோபர், 2022

குங்குமம் இதழில் வெளியான பேட்டி

தமிழின் முதல் பேசும் படம் காளிதாஸ் இல்லை! ஆதாரம் காட்டும் இளைஞர் 07/08/2022

நோண்டி நுங்கு எடுப்பது என்பார்களே... அந்த வேலையைத்தான் சின்சியராகப் பார்க்கிறார் முத்துவேல்.சொந்த ஊர் திருவண்ணாமலை. 46 வயது இளைஞர். ஆனால், சஞ்சரிப்பது 1931ஆம் வருட தமிழகத்தில். ஆம்; இந்த ஆண்டில்தான் தமிழ் சினிமா பேசியது என்பார்கள். அதாவது தமிழின் முதல் பேசும் படம் 'காளிதாஸ்' இந்த வருடம்தான் ரிலீஸ். இரண்டாவது தமிழ்ப் படம் 'காலவ மஹரிஷி'. ஸ்டாப்... ஸ்டாப்... இது எல்லாம் நம் மண்டைக்குள் யாரோ திணித்தது. "உண்மையில் 'காளிதாஸ்' தெலுங்கு பேசும் படம்... அதுவும் இன்றைக்கு சொல்கிறோமே ஆந்தாலஜி.. அதுதான் அது. இரண்டாவது பேசும் படம் 'காலவா' இல்லை. 'ராஜா ஹரிச்சந்திரா' படம்..." என்று ஆதாரங்களுடன் எழுதியும், பேசியும், முகநூலில் பகிர்ந்தும் வருகிறார் முத்துவேல்.

"சென்னைக்கு அருகே உள்ள ஒரு மத்திய அரசு தொழிற்சாலையில் தொழிலாளியாகப் பணியாற்றுகிறேன். திருவண்ணாமலையில் பத்தாவது படித்து விட்டு ஐடிஐ முடித்தேன். அப்போது ஊரில் ஒருவர் காளி என்.ரத்தினம் என்ற காமெடி நடிகர் பற்றிப் பல ஆவணங்களைச் சேர்த்துக்கொண்டு ஒரு புத்தகம் எழுத முற்பட்டிருந்தார். ஆனால், அவரிடம் போதுமான ஆவணங்கள் இருந்ததே ஒழிய அவரால் எழுத வரவில்லை.

நானும் ஆரம்பத்தில் அவருக்கு உதவியாக இருந்து பார்த்தேன். ஆனால், என் ஆர்வத்துக்கு அவரால் ஈடுகொடுக்கமுடியவில்லை என்பதால் விலகிக் கொண்டேன். இது எல்லாம் நடந்தது சுமார் 8 வருடத்துக்கு முன்பு. கோவிட் காலத்தில் தொழிற்சாலை

வேலை முடங்கிப்போக வீட்டில் சும்மா இருந்தபோது அந்த காளி என்.ரத்தினம் ஆய்வு என் மண்டையில் சுழல, யூடியூப்பில் பழைய படங்களைப் பார்க்க ஆரம்பித்தேன்.

முதலில் பார்த்தது 'பர்மா ராணி'. அதுதான் பழைய படங்களைப் பார்த்து ஆய்வுக் கண்ணோட்டத்துடன் குறிப்பு எழுத வைத்தது. இதை முகநூலிலும் பகிர்ந்தபோது பலரும் ஆர்வமாக ஃபாலோ செய்ததால் தான் தொடர்ச்சியாக பழைய படங்கள் பற்றி எழுத ஆரம்பித்தேன்..." என்று சொல்லும் முத்துவேல் அண்மையில் 'பேசும்பட முதல்வர்' எனும் புத்தகத்தை 'மின்னங்காடி பதிப்பகம்' சார்பில் வெளியிட்டிருக்கிறார்.

"1931இல் வந்த 'காளிதாஸை' முதல் பேசும் படம், முதல் தமிழ் பேசும் படம் என்று சொல்வது தப்பாக இருந்தாலும் முதல் சவுண்ட் படம் என்று இதனைச் சொல்லலாம். என் ஆர்வம் எல்லாம் இந்த ஆண்டி லிருந்து 1950 வரைக்குமான ஆரம்ப காலப் பேசும் படங்கள்தான். காரணம், இந்தக் காலகட்டத்தில் வந்த படங்கள், அதிலும் 1931 முதல் 36 வரைக்குமான காலகட்டத்தில் வந்த 20க்கும் மேற்பட்ட படங்களில் பல நம்மிடையே இல்லை. அத்துடன் இவை பற்றித் தப்பும் தவறுமான கருத்துக்கள் வேறு நம்மிடையே உலா வருகின்றன.

முதல் சவுண்ட் படமான 'காளிதாஸை'ப் பற்றியே பல தப்பான கருத்துக்கள் உண்டு. உதாரணமாக, இந்தப் படத்தில் ஹீரோ தெலுங்கில் பேசினாலும் ஹீரோயின் தமிழில் பேசினார்... அதனால் இது முதல் தமிழ் பேசும் படம்... படத்தில் 50 பாடல்கள் உண்டு... என்றெல்லாம் சொல்கிறார்கள்.

உண்மையில் இந்தப் படம் ஒன்றரை மணிநேரத்துக்கும் குறைவாக ஓடக்கூடிய படம். இதை ஒரு முழுநீளக் கதைப் படம் என்று சொல்வதைவிட பல குறும்படங்கள் சேர்ந்த படமாகக் கொள்வதுதான் சரியானது. படத்தின் 10 அல்லது 11 ரீலில் 4 ரீல்கள்தான் கதைப் படமாக இருக்கும். மீதி எல்லாம் பாட்டு, கீர்த்தனை, தேசிய கீதப் பாட்டு, நாட்டுப்புறப் பாட்டு என்று பாடல்கள் கொண்ட படமாக இருக்கும். மொத்தமே 8 பாடல்கள்தான்.

இந்தப் படம் நம்மிடையே இல்லை. ஆனால், இந்தப் படம் பற்றி அந்தக் காலத்திலேயே சிலர் எழுதி வைத்திருக்கும் தகவல்கள், படத்தைப் பற்றி நான் தேடிச் சேகரித்த ஆவணங்கள் இதைத்தான் நிரூபிக்கின்றன. அமரர் கல்கி, இந்தப் படம் தெலுங்கு பேசும் படம் என்று விமர்சித்திருக்கிறார்.

உண்மையில் இந்தப் படத்தின் டாக்கி போர்ஷனில், அதாவது கதைப் பகுதியில் நாயகனும், நாயகியும் தெலுங்கில்தான் பேசிக் கொள்வார்கள். ஆகவே, இதை ஒரு 'முதல் முழுநீள தமிழ் பேசும் படம்' என்று சொல்வதே தவறானது..." என்று சொல்லும் முத்துவேல் இதை திருத்திக்கொண்ட சிலரும்கூட இன்னொரு தவறையும் செய்தார்கள் என்று அடுக்குகிறார்.

‘காளிதாஸ்’ முதல் தமிழ்ப் படம் இல்லை என்றால் அடுத்த ஆண்டு அதாவது 1932இல் வந்த ‘காலவ மஹரிஷி’ இரண்டாவது முழுநீள தமிழ் பேசும் படம் என்று பலர் எழுதி வந்தார்கள். ‘காலவா’ படம் ‘காளிதாஸ்’ போல தெலுங்கு பேசாமல் முழுமையாகத் தமிழ் பேசியது உண்மைதான். ஆனால், 32இல் வந்த இன்னொரு படம்தான் முதல் முதலான முழுநீள தமிழ் பேசும் படம். அது ‘ராஜா ஹரிச்சந்திரா’. ‘ராஜா ஹரிச்சந்திரா’ ஏப்ரலில் வந்தது. ‘காலவா’ செப்டம்பரில் வெளியானது. உண்மையில் ‘காலவா’ பற்றியோ ‘ராஜா ஹரிச்சந்திரா’ பற்றியோ படமும் கிடைக்காததோடு இவற்றிற்கான ஆதாரங்களும் இல்லாததால்தான் இந்தக் காலகட்டங்களில் வந்த பல திரைப்படங்கள் பற்றி நம்மிடையே தப்பான கருத்துக்கள் உல்வுகின்றன. ‘ராஜா ஹரிச்சந்திரா’ பற்றியும் பல புனைவுகள் எழுதப் பட்டன. அதை ராஜா சந்திரசேகர், சர்வோத்தம் பதாமி, டி.சி. வடிவேலு நாயக்கர் என்று பலபேர் டைரக்ட் பண்ணினார்கள் என்றெல்லாம் செய்திகள் பரவிக்கொண்டிருக்கின்றன.

உண்மையில் இந்தப் படத்தை இயக்கியவர் மிக சங்கோஜியான டி. சி. வடிவேலு நாயகரே. இவர் பம்மல் சம்பந்தம் முதலியார் நாடகக் குழுவான ‘சுகுண விலாச சபை’யில் ஓர் உறுப்பினராக இருந்தார். பெரிய ஜாம்பவானாக அந்தக் காலத்தில் இருந்திருக்கிறார். 32இல் ‘ராஜா ஹரிச்சந்திரா’வுடன் ஆரம்பித்த இவரது தமிழ் சினிமா பயணம் 47 வரை நீண்டிருக்கிறது. இந்தக் காலத்தில் சுமார் 20 படங்களுக்கு டைரக்‌ஷன், கதை, வசனகர்த்தா என்று பல பரிமாணங்களில் பிரகாசித்திருகிறார். ஆரம்பகால தமிழ்ப் படங்களை பம்பாயிலோ அல்லது கல்கத்தாவிலோதான் ஷூட் செய்வார்கள். கதை, நடிப்பு, மற்ற திறன்கள் நம்மிடையே இருந்தாலும் சினிமா டெக்னிக்கல் விஷயங்கள் வடநாட்டில்தான் பெரும்பான்மையாக இருந்தன. ‘ராஜா ஹரிச்சந்திரா’வும் பம்பாயில்தான் ஒளிப்பதிவு, ஒலிப்பதிவு செய்யப் பட்டது. இந்தப் படத்தில் டெக்னிக்கல் டைரக்டர் என்று ஒரு பெயர் வரும். அதில்தான் சர்வோத்தம் பதாமி என்று பெயர் இருக்கும். அதை வைத்துக்கொண்டு இந்தப் படத்தை பதாமி இயக்கினார் என்ற செய்தி உலாவுகிறது.

ஆனால், படத்தை டைரக்ட் செய்தது வடிவேலு நாயகர்தான். பதாமியின் பேட்டி யூடியூப்பிலும், தியடோர் பாஸ்கரனின் ‘எம் தமிழர் செய்த படங்கள்’ என்ற புத்தகத்திலும் இருக்கிறது. பதாமியின் பேட்டிகள் இல்லை என்றால் ‘காலவா’, ‘ராஜா ஹரிச்சந்திரா’ பற்றி நமக்கு ஒன்றுமே தெரியாமல் இருந்திருக்கும். ‘காலவா’ பம்மலின் நாடகம்...” என்று சொல்லும் முத்துவேல் மேலும் சில பழைய படங்கள் பற்றிப் பேசினார். “வடிவேலு நாயகர் இயக்கிய ‘ராஜா ஹரிச்சந்திரா’ படம் நம்மிடையே இப்போது இல்லை என்றாலும் அவரை சினிமாவில் தவிர்க்க முடியாமல் இடம்பெறச் செய்து, கதை - வசனம் எழுதி இயக்கிய சில படங்கள் நம்மிடையே இப்போது இருக்கிறது. உதாரணமாக, அவர்

இணை இயக்குனராக இருந்த 39ஆம் ஆண்டு படம் 'ரம்பையின் காதல்', கதை அல்லது வசனம் எழுதிய 'ஆரியமாலா', 'சாவித்திரி', 'ஜகதலப்ரதாபன்', 42இல் மீண்டும் வந்த 'அரிச்சந்திரா' போன்ற படங்களைச் சொல்லலாம்.

இதில் 'அரிச்சந்திரா' பி.யூ.சின்னப்பா நடித்தது. 1931 முதல் 1934 வரை வந்த பல படங்கள் நம்மிடையே இல்லை என்று சொன்னேன். இதில் 34இல் வந்த 2 படங்கள் பூனா திரைப்பட ஆவணக் காப்பகத்தில் இருப்பதாகச் சொல்கிறார்கள். அவை 'பவளக்கொடி' மற்றும் 'சதி சுலோச்சனா'. இதில் 'பவளக்கொடி'யில்தான் தியாகராஜ பாகவதர் முதன்முதலில் அறிமுகமானார்.

'சதி சுலோச்சனா' பம்மல் எழுதிய நாடகம். படத்தையும் அவரே இயக்கி நடித்திருக்கிறார். இந்த இரு படங்களைத் தவிர பூனாவில் 'நவீன விக்கிரமாதித்யன்' போன்ற படங்களும் இருப்பதாகச் சிலர் சொல்கிறார்கள். ஆகவே, நமக்குக் கிடைக்கும் 50க்கு முந்தைய படங்கள் 1936இல் வந்த 'பட்டினத்தார்' படம் மூலம்தான் ஆரம்பிக்கிறது. 'பட்டினத்தார்' யூடியூப்பிலும் கிடைக்கிறது.

ஆனால் ஒரு மணிநேரம்தான் ஓடுகிறது. மற்ற ரீல்களுக்கு என்ன ஆனது என்று தெரியாது..." என்று சொல்லும் முத்துவேல், சில படங்கள் கிடைப்பதும் சில காணாமல் போவதுமான நிலையை விவரித்தார்."பாகவதரின் பெரும்பான்மையான படங்கள் கிடைக்கிறது. ஆனால், அவர் முதலில் நடித்த 'பவளக்கொடி' பொதுத்தளத்தில் இல்லை. உண்மையில் பல படங்கள் கிடைக்காமல் போன காலமான 31 முதல் 34 வரையான காலம் என்பது பேசும் படத்தின் ஆரம்பக் காலகட்டம்.

இந்த நேரத்தில் அன்றைய சென்னை மாகாணம் என்பது ஒரு பரந்துபட்ட ஏரியா என்றாலும் சவுண்ட் வசதியுடன் கூடிய தியேட்டர்கள் மிகக் குறைவுதான். உதாரணமாக, 'காளிதாஸ்' போன்ற முதல் தமிழ் ஒலி, ஒளிப் படம் சென்னை, சிங்கப்பூர் போன்ற ஒருசில இடங்களில்தான் திரையிடப்பட்டது. ஒருவேளை கோவையிலும் திரையிடப்பட்டிருக்கலாம் என்றும் சொல்கிறார்கள்.

இப்படி இருக்கும்போது எத்தனை பேர் இந்தப் படங்களைப் பார்த்திருப்பார்கள். பார்த்தால்தானே அது ஒருவகையில் யாரோ ஒருவரிடம் தகவலாக இருக்கும். இதுவும் நம் படங்களை அனேகமாகக் காணாமல் போகச் செய்தன. அத்தோடு பிற்காலத்தில் மிகவும் வெற்றி பெற்ற படங்கள்தான் பாதுகாக்கப்பட்டதாகத் தெரிகிறது. இதில் பாகவதர் படங்களும் அடக்கம். ஆனால், பி.யூ. சின்னப்பாவின் படங்கள் பல காணவில்லை.

காரணம், அவர் ஆரம்பத்தில் சிறு வேடங்களிலும் வில்லனாகவும் தான் தோன்றினார். கதாநாயகனாக நடித்து வெற்றிபெற்ற 'உத்தம புத்திரனி'லிருந்துதான் அவர் படங்கள் கிடைக்கிறது. அவர் முதலில் நடித்த 'சந்திரகாந்தா', 'பஞ்சாப் கேசரி', 'பம்பாய் மெயில்', 'அனாதைப்

பெண்', 'மாத்ருபூமி' போன்ற படங்கள் நம்மிடையே இப்போது இல்லை.

நம்மிடையே படம் இல்லை என்றாலும் சில ஆவணங்களாகவாவது இருக்கவேண்டும். உதாரணமாக, பட விளம்பரம், பாட்டுப் புத்தகம், கதை வசனப் புத்தகம், பத்திரிகைச் செய்திகள்... ஆனால், காணாமல் போன 34 வரை இங்கே சினிமா பத்திரிகை கிடையாது. அத்தோடு மற்ற பத்திரிகைகளும் சினிமாவை உதாசீனப்படுத்தின. 34க்குப் பிறகுதான் தமிழில் முதன்முறையாக சினிமாவுக்கு என 'சினிமா உலகம்' என்ற ஒரு பத்திரிகை வந்தது. இருந்தாலும் சில தகவல்களையாவது வைத்துக் கொண்டு சரியான முறையில் பொருத்திப் பார்த்தால் சரியான வரலாறு கிடைக்கும்..." என்று சொல்லும் முத்துவேல் அதற்கான உதாரணத்தையும் சொன்னார்.

"34இல் 'திரௌபதி வஸ்திராபரணம்' என இரு படங்கள் வந்தன. முதல் படம் அந்தக் காலப் பிரபல படக் கம்பெனியான ஏ.நாராயணன் எடுத்தது. இரண்டாவது படத்தில் டி.பி. ராஜலட்சுமி நடித்தார். இரண்டையும் போட்டுக் குழப்பி இந்தப் படம் ஒரே படம் என்றும் அதில் நடித்திருந்தவர் டி.பி. ராஜலட்சுமி என்றும் எழுதி வந்தார்கள். இதை சில ஆதாரங்கள் கொண்டு தவறு என நிரூபித்தேன். இதோடு 'மாரியம்மன்' படம் என்று சில ஸ்டில்கள் சுற்றின. 48 அல்லது 49ல் வந்த படம். படமும் கிடைக்கவில்லை. ஆவணமும் இல்லை. இதில் டி.எஸ்.பாலையா, எஸ்.டி. சுப்பையா நடித்தார்கள் என்று சில நிஜமான ஸ்டில் ஆதாரங்கள் கிடைத்தன..." என்று சொல்லும் முத்துவேல் தன் ஒவ்வொரு நாள் வாழ்க்கையையும் 1930களில் வாழ்ந்த திரைநட்சத்திரங்களோடே கழிப்பதாகச் சொல்கிறார்.

ஒரு ஸ்டில், ஒரு தகவல், ஒரு தேதி எல்லாம் இவரின் மூளைக்குள் ப்ரவுசராகச் சேர்ந்து கூகுள் பண்ணும் வித்தையை எல்லாம் ஆய்வு நோக்கில் அல்லாமல் ஓர் ஆர்வத்தால் பண்ணுவதாக இவர் தாழ்மையாகச் சொல்லும்போது அவரின் ஆர்வத்துக்கு கங்ராட்ஸ் சொல்லாமல் இருக்கமுடியவில்லை.

- நன்றி : குங்குமம், 12.08.2022 (தேதியிட்டது)

பேட்டி எடுத்தவர் - டி.ரஞ்சித்